முதலியார் ஓலைகள்

முதலியார் ஓலைகள்

அ.கா. பெருமாள் (பி. 1947)

நாட்டார் வழக்காறு, ஓலை ஆவணங்கள், கோவில் பண்பாடு, கல்வெட்டுகள் ஆகிய துறைகளில் 58 புத்தகங்கள் எழுதியுள்ளார். *மருமக்கள்வழி மான்மியம், அகிலத்திரட்டு* என 20 நூல்களைப் பதிப்பித்துள்ளார். நாட்டார் கலை குறித்துத் தமிழகம் முழுவதும் களஆய்வு செய்து தொகுத்த செய்திகளை வெளியிட்டிருக்கிறார். *தமிழ் இந்து, சக்தி விகடன், மங்கையர் மலர்* முதலான வெகுசனப் பத்திரிகைகளிலும் *காலச்சுவடு, தடம், தீராநதி, காக்கைச் சிறகினிலே* உட்படப் பல காத்திரமான இதழ்களிலும் எழுது கிறார். இருமுறை (2003, 2004) தமிழக அரசின் சிறந்த நூலாசிரியர் விருதைப் பெற்றிருக்கிறார். களஆய்வு செய்வது, மூலஆவணங்களைத் தேடுவது என்ற இவரது உழைப்பு தொடருகிறது.

காலச்சுவடு வெளியிட்ட ஆசிரியரின் பிற நூல்கள்

அ.கா. பெருமாள்

முதலியார் ஓலைகள்

காலச்சுவடு பதிப்பகம்

முதலியார் ஓலைகள் ✦ வரலாற்று ஆவணத் தொகுப்பு ✦ ஆசிரியர்: அ.கா. பெருமாள் ✦ © அ.கா. பெருமாள் ✦ முதல் பதிப்பு: டிசம்பர் 2016, இரண்டாம் பதிப்பு: பிப்ரவரி 2019 ✦ வெளியீடு: காலச்சுவடு பப்ளிகேஷன்ஸ் (பி) லிட்., 669, கே.பி. சாலை, நாகர்கோவில் 629001

mutaliyaar oolaikaL ✦ Critical edition of historical documents ✦ Author: A.K. Perumal ✦ © A.K. Perumal ✦ Language: Tamil ✦ First Edition: December 2016, Second Edition: February 2019 ✦ Size: Demy 1 x 8 ✦ Paper: 18.6 kg maplitho ✦ Pages: 176

Published by Kalachuvadu Publications Pvt.Ltd., 669, K.P.Road, Nagercoil 629001, India ✦ Phone: 91-4652-278525 ✦ e-mail: publications@ kalachuvadu.com ✦ Wrapper printed at Print Specialities, Chennai 600014 ❖ Printed at Mani Offset, Chennai 600077

ISBN : 978-93-5244-070-2

02/2019/S.No. 747, kcp 2308, 18.6 (2) OLLL

நினைவில் வாழும்
நாஞ்சில் நாட்டு முதுபெரும் புலவர்
செ. சதாசிவன் பிள்ளை (1905–2002)
அவர்களுக்கு

பொருளடக்கம்

அறிமுகம்

இந்த நூல் அ.கா. பெருமாள் அவர்களின் பல பயனுள்ள ஆராய்ச்சிப் பணிகளில் ஒன்றாகும். முதலியார் ஓலைகள் (முழுமையாக அழகிய பாண்டியபுரம் பெரியவீட்டு முதலியார் ஓலைகள்) நாஞ்சில் நாட்டு வட்டார வரலாற்றுக்கும் திருவிதாங்கூர் அல்லது வேணாட்டு வரலாற்றுக்கும் அடிப்படைச் சான்றுகளில் ஒன்றாகும். இவ்வோலை ஆவணங்கள் பற்றி ஆசிரியர் ஏற்கெனவே இரு நூல்கள் ('நாஞ்சில் நாட்டு முதலியார் ஓலைச் சுவடிகள் காட்டும் சமூகம்', 1999, 'முதலியார் ஆவணங்கள்', 2006) எழுதியுள்ளார். முதல் நூலில் 15 ஆவணங்களின் பாடத்தையும் இரண்டாவதில் 89 ஆவணங்களின் பாடத்தையும் வழங்கியதோடு அவற்றின் மூலம் 13-18ஆம் நூற்றாண்டு நாஞ்சில் நாட்டுச் சமூக வரலாற்றையும் விளக்கியுள்ளார். இந்த நூலில் கூடுதலாக 66 ஓலை ஆவணங்களைக் கொடுத்துள்ளார். இவை 1903இல் கவிமணி தேசிகவிநாயகம் பிள்ளையவர்கள் மூல ஓலைச் சுவடிகளிலிருந்து பெயர்த்தெழுதிவைத்திருந்த கையெழுத்துப் படியில் காணப்பட்டவை.

பொதுவாக, கவிமணி தேசிகவிநாயகம் பிள்ளையைக் கவிஞர் என்றுதான் தமிழுலகம் அறியும். வரலாறு தொடர்பான அவர் கட்டுரைகள் அவ்வளவாக அறியப்படவில்லை. இவர் தேர்ந்த கல்வெட்டாய்வாளராக இருந்தார். பல வரலாற்றுச் செய்திகளை ஆழமாக ஆராய்ந்து நல்ல ஆங்கில

நடையில் அவற்றை வெளிப்படுத்தியுள்ளார். முதலியார் ஓலைகளின் முக்கியத்துவத்தை உணர்ந்து அவற்றைத் திருவனந்தபுரம் ஆவணக்காப்பகத்தில் சேர்த்துப் பாதுகாக்க ஏற்பாடு செய்தார். ஒரு நூறு ஓலைகளைப் பெயர்த்தெழுதி வைத்ததோடு வேணாட்டு அரசு தொடர்பான 19 ஓலைகளைக் கேரள ஆய்வுக் கழகத்தின் கட்டுரைத் தொகுப்பில் *(Kerala Society Papers)* வெளியிட்டு அவற்றின் வரலாற்று அடிப்படையை முதலில் கோடிட்டுக் காட்டினார்.

கவிமணியின் ஆராய்ச்சியை இந்தத் தலைமுறை யினருக்கு உணர்த்தி அதை மேலும் முன்னுக்கு எடுத்துச்சென்ற வகையில் பெருமாள் அவர்களின் பணி பாராட்டப்பட வேண்டியது. அவர் முன்னுரையில் ஓலைகளில் உள்ள செய்திகளை விரிவாகக் கொடுத்துள்ளார். அவற்றுடன் தொடர்புடைய ஒருசில செய்திகளை இங்குச் சுட்டலாம். இந்த ஆவணங்கள் அழகியபாண்டியபுரம் பெரியவீட்டு முதலியார் ஓலைகள் என்று அறியப்பட்டாலும் பல விக்கிரமசோழபாண்டியபுரம் என்று முன்பு பெயர்கொண்ட ஆளூர் முதலியார் வீட்டைச் சேர்ந்தவையாகவும் தெரிகின்றன. இது இரு முதலியார் குடும்பங்களுக்கும் இடையில் நிலவிய நெருங்கிய உறவின் மூலம் ஏற்பட்டிருக்கலாம். இவ்வோலைகளில் மிகப் பழையது கி.பி. 1273 (கொல்லம் 448)ஐச் சேர்ந்தது. ஆயினும் 1600வரை உள்ள ஆவணங்கள் குறைவே. 1600 தொடங்கி 1818 முடிய உள்ள காலகட்டத்தில் பெரும்பாலானவை எழுதப்பட்டுள்ளன. முதலியார் குடும்பத்தினர் தொடக்கத்தில் வணிகத் தொழிலில் ஈடுபட்டிருந்தனர். அவர்கள் நகரத்தார் என்று பல ஆவணங்களில் காண்கிறோம். இக்குடும்பத்தினர் இன்றும் தங்கள் பெயர்களுக்கு முன் ‘நகரம்’ என்ற சொல்லைச் சேர்த்துக்கொள்வதாகக் கவிமணி குறிப்பிட்டுள்ளார். காட்டாக, ஆளூர் விக்கிரமசோழபாண்டியபுரத்து நகரம் உடைய நயினான் தாணுமாலயப் பெருமாள் முதலியார் என்ற பெயரைச் சுட்டுவார். நிலக்கிழார் என்ற முறையில் அவர்கள் வேளாளர் என்றும் கருதப்பட்டதாகத் தெரிகிறது.

இந்த ஓலை ஆவணங்களுக்கும் சமகாலக் கல்வெட்டு களுக்கும் நிறைய ஒற்றுமை உண்டு. ஆவண எழுத்து நடை ஏறக்குறைய ஒன்றே. இவ்வோலை ஆவணங்களின் செய்திகள், கல்வெட்டுக்களில் காணப்படும் செய்திகளை மேலும் புரிந்துகொள்ளப் பயன்படும். முதலியார் ஓலைகளில் 16ஆம் நூற்றாண்டு முடிய உள்ளவை ஓரிரண்டைத் தவிரப் பிற தனிப்பட்டவர் நடவடிக்கைகள் பற்றியனவே. அரசுத் தொடர்பில்லை. பெரும்பாலானவை தனிப்பட்ட பேர்களுக்கு

இடையில் செய்துகொண்ட நிலம், மனை, அடிமை, கடன் பரிவர்த்தனைகள் பற்றியவை. பரிவர்த்தனையின் தன்மையை யொட்டிப் பெயர்கள் அடைஓலை, உழவொற்றி ஓலை, சீதனப் பிரமாணம், படுகலமுறி, வழிக்கலமுறி, பற்று முறி, புணை முறி, ஒற்றியோலை, இசைவு முறி, விளை விலை முறி என்று பலவாறாகக் குறிப்பிடப்படும். ஆசிரியர் விளக்கியபடி இவை பல பொருளாதார, சமூகச் செய்திகளைத் தருகின்றன. அக்காலப் படிநிலைச் சாதிச் சமூகம் பற்றிய செய்திகள் பரவலாக உள்ளன. அடிமைமுறை அச்சமூகத்தில் மிக இயல்பாக ஏற்றுக்கொள்ளப் பட்டதாகத் தெரிகிறது. சீதனப் பொருளிலும் அடிமைகள் தவறாது சுட்டப்படுகிறார்கள்.

16ஆம் நூற்றாண்டில் நகரத்தார் நிலையிலிருந்து வேளாண் நாட்டார் தலைவர்களாக மாறிய நிலையில் முதலியார் பட்டம் பெற்றதாகக் கருதலாம். 17, 18ஆம் நூற்றாண்டு ஆவணங்களில் வேணாட்டு அரசுடனான தொடர்பு பரவலாகக் காணப்படு கிறது. பல ஓலைகள் அரசிடமிருந்து வந்த நீட்டு அல்லது நினைவுகளாகும். நாஞ்சில் நாட்டு வேளாண் குடிகள் அரசுக்குச் செலுத்த வேண்டிய நிலவரி (மேல்வாரம்) முதலிய பல வரிகளுக்குப் பொறுப்பேற்கும் முதலியார்கள் வரிப் பளுவைக் குறைக்க அரசிடம் முறையிடும் ஓலைகள் உண்டு. மதுரை நாயக்கர் படையெடுப்பு, அதைத் தொடர்ந்து நடந்த ஆர்க்காடு நவாபு முதலியோர் படையெடுப்புகளிலும் நாஞ்சில் நாட்டு மக்கள் அடைந்த அவல நிலையைச் சில ஓலைகள் காட்டுகின்றன. பெரும் நிலஉடைமையாளர்களாக விளங்கிய மடங்கள், கோயில்கள் ஆகியவற்றினால் குடிகள் பட்ட தொல்லைகளும் சுட்டப்படுகின்றன. கோட்டைகள் கட்ட, கோயில்களைப் புதுப்பிக்க என்று குடிகள் செய்ய வேண்டிய ஊழியம் என்ற கட்டாய உழைப்பு பற்றிய ஓலைகளும் உண்டு.

இதுபோன்ற பழைய ஓலை ஆவணங்கள் கேரளக் கோயில்கள் பலவற்றில் உள்ளன. தமிழ்நாட்டுக் கோயில்களில் அவ்வளவாக இல்லை. மறவ, நாயக்க பாளையக்காரர் (பின்பு ஜமீன்தார்கள்) வீடுகளில் 18-19ஆம் நூற்றாண்டு ஆவணங்கள் உள்ளன. அதேபோல மதுரை நாயக்கரின் தெற்குத் தளபதியாகத் திருநெல்வேலியிலிருந்து அதிகாரம் செய்த மேடை தளவாய் முதலியார் வீட்டிலும் ஓலை ஆவணங்கள் இருந்து தொகுக்கப்பட்டு சென்னை ஆவணக் காப்பகத்தில் சேர்க்கப்பட்டதாகத் தெரிகிறது. இராமநாதபுரம் சேதுபதி அரண்மனையில் இருந்த ஒழுகு ஆவணங்களும் குறிப்பிடத்தகுந்தவை. வரலாற்றுச் செல்வங் களாகக் கருதத்தகும் இவ்வாவணங்கள் யாவும் முறையாகத்

தொகுத்துப் பாதுகாக்கப்பட வேண்டியவை. அ.கா. பெருமாள் மிக ஆர்வத்துடனும் முயற்சியுடனும் தொகுத்துப் பதிப்பித்துள்ள இவ்வாவணத் தொகுதி தமிழ்நாட்டில் பரவலாக உள்ள பிற ஓலை ஆவணங்களைத் திரட்டவும் பயன்படுத்தவும் தூண்டுகோலாக அமையும். அவருக்குத் தமிழ்நாடு கேரள வரலாற்றார்வலர் யாவரும் மிகவும் கடமைப்பட்டவர்கள்.

கோயம்புத்தூர்   Y. சுப்பராயலு
26.10.2016

முகவுரை

'முதலியார் ஓலைகள்' என்ற இந்த நூல் கவிமணி தேசிகவிநாயகம் பிள்ளையின் கையெழுத்துப் பிரதிகளிலிருந்தும் மு. சண்முகம் பிள்ளை, கே.கே. பிள்ளை ஆகியோர் வழிக் கிடைக்கப் பெற்ற கையெழுத்துப் பிரதி களிலிருந்தும் எடுத்து எழுதப்பட்டது. இந்நூலில் உள்ள 66 ஆவணங்களும் இதுவரை அச்சில் வராதவை.

'முதலியார் ஆவணங்கள்' என்னும் தலைப்பில் தமிழினி பதிப்பகம் வழி 2006இல் நான் வெளியிட்ட நூலில் 86 ஆவணங்கள் உள்ளன. அதன் மறுபதிப்பு வரவில்லை. முதல் பதிப்புப் பிரதிகளும் தீர்ந்து விட்டன. தமிழினி பதிப்பில் வந்த நூல் கவிமணியின் கையெழுத்துப் பிரதி, ப.சிதம்பரம் பிள்ளை வெளியிட்ட மூலம் (1930), *Travancore Archaeological Series Vol. V*இல் வந்த ஆவணங்கள், டாக்டர் கே.கே. பிள்ளையிடம் கவிமணி கொடுத்த ஆவணங்கள் ஆகியவற்றின் அடிப்படையில் எழுதப்பட்டது. அந்த நூல் வெளிவந்து பத்தாண்டுகள் ஆகிவிட்டன.

    தமிழினி பதிப்பு நூலுக்கு 'முதலியார் ஆவணங்கள்' என்னும் தலைப்பைக் கொடுத்திருந் தேன். அதனால், அந்த நூலிலிருந்து *காலச்சுவடு* பதிப்பு வேறுபட்டது, புதியது என்று வேறுபடுத்திக் காட்ட 'முதலியார் ஓலைகள்' எனத் தலைப்புக் கொடுத்துள்ளேன். முதல் பதிப்பில் உள்ள முக்கிய மான தகவல்களைத் தேவை கருதி இந்தப் பதிப்பிலும் பயன்படுத்தியுள்ளேன்.

‘முதலியார் ஆவணங்கள்’ நூல் வெளிவந்த பின், இந்தப் பத்தாண்டுகளில் என் கவனம் நாட்டார் வழக்காறுகளைத் தொகுப்பது, ஆவணப்படுத்துவது, கோவில் வரலாறுகளைச் சேகரிப்பது என இருந்தாலும் முதலியார் ஓலைகள் மேலும் கிடைக்குமா என்று தேடிக்கொண்டுதான் இருந்தேன். இப்படித் தேடும்போதுதான் கவிமணியின் முதலியார் ஓலை கையெழுத்துப் பிரதியின் ஒரு பகுதி கிடைத்தது.

குமரி மாவட்டத் தமிழறிஞர்களில் முக்கியமானவரும் கவிமணியின் சீடராகவும் நெருங்கியவராகவும் இருந்த முதுபெரும் புலவர் வித்துவான் மு. சதாசிவம் பிள்ளையின் நூற்றாண்டு விழாவை நடத்த அவருடைய மகன் வேளாண் துறை இயக்குநர் கோலப்பபிள்ளை முயன்றுகொண்டிருந்தபோதுதான் கவிமணி யின் பழைய கையெழுத்துப் பிரதிகளைக் கண்டெடுத்தார்.

கோலப்ப பிள்ளை, அப்பாவின் நூல்களை ஒழுங்கு செய்த போது, இந்தத் தாள்பிரதியைக் கண்டேன் என்றார். *160* பக்கங்கள் கொண்ட நீண்ட தாள்கள்; பழைய புனலூர் தாள்; கடுக்காய் மையால் எழுதப்பட்டது. இந்தப் பிரதி *1903*இல் எழுதப்பட்டது என்பதும் தெரிந்தது. ஏற்கெனவே வித்துவான் மு. சண்முகம் பிள்ளை கே.கே. பிள்ளையிடமிருந்து பெற்றதாகச் சொன்ன முதலியார் ஓலைகள் பற்றிய விஷயங்களை யோசித்துப் பார்த்தேன். கவிமணி திருவனந்தபுரத்தில் மகளிர் கல்லூரியில் வேலைக்குச் சேர்ந்த புதிதில் அழகியபாண்டியபுரம் பெரியவீட்டு முதலியாரின் வீட்டு ஆவணங்களைப் பிரதி செய்தார்; பின் மூல ஆவணங்களைத் திருவனந்தபுரத்திற்குக் கொண்டு சென்றுவிட்டார்கள் என்ற சண்முகம் பிள்ளையின் செய்தியுடன் இணைத்துப் பார்த்தபோது *1903*இல் எழுதப்பட்ட பிரதியையே கோலப்ப பிள்ளை தந்தார் என்று தெரிந்தது.

இந்தப் பிரதி எழுதி *113* ஆண்டுகள் ஆகிவிட்டன. அதனால் ஒளிநகல் எடுக்க முடியவில்லை. சில காகிதங்கள் பொடிந்து விட்டன. இந்தப் பிரதியைச் செம்பவளம் ஆய்வுத்தளம் தலைவர் செந்தீ நடராசனின் உதவியுடன் பலமுறை படித்துப் பரிசோதித்து *66* ஆவணங்களைத் தேர்வுசெய்தேன். சில ஆவணங்கள் முழுமையில்லை; தாள் கிழிந்துவிட்டது; இவற்றில் அச்சாகாத ஆவணங்களை மட்டும் பெயர்த்தெழுதி சிறு விளக்கத்துடன் இப்போது வெளியிட்டுள்ளேன். இதிலுள்ள நீண்ட முகவுரை ஆவணங்களைப் புரிந்துகொள்ள உதவும்.

மூல ஆவணங்களில் உள்ள மலையாள வருஷத்திற்குச் சமமான கிறிஸ்தவ வருஷத்தைக் கொடுத்திருக்கிறேன். மூல

ஆவணங்களில் த்து, க்கு போன்றவற்றிற்கும் நிறுத்தல், முகத்தல், நீட்டல் அளவுகளுக்கும் குறியீடுகள் மட்டுமே உள்ளன. அவற்றைச் சாதாரண வாசகர் புரிந்துகொள்ளும்படி வாசகங்களையும் எண்களையும் தந்திருக்கிறேன். மூல ஆவண மொழிநடை அப்படியே தரப்பட்டுள்ளது. ஆவணங்களின் வரி எண்களும் கவிமணியின் பிரதியில் உள்ளபடியே தரப்பட்டுள்ளன.

முதலியார் ஆவணங்களின் மூலம் தமிழ்மொழி, தமிழ் எழுத்து வடிவில் அமைந்தவை; மலையாள மொழியில் தமிழ் எழுத்து வடிவில் அமைந்தவை; மலையாள எழுத்து வடிவில் தமிழ்மொழியில் அமைந்தவை என மூன்று நிலைகளில் இருந்திருக்கின்றன. கவிமணி எல்லாவற்றையும் தமிழ் எழுத்து வடிவில் பெயர்த்திருக்கிறார். ஆனால் மொழிநடையை மாற்றவில்லை.

இந்த ஆவணங்களை மொழியியல் அறிந்தவர்கள் ஆராய்ச்சி செய்யலாம். 13 முதல் 17ஆம் நூற்றாண்டு வரையிலான காலகட்ட நாஞ்சில் நாட்டுப் பேச்சுவழக்கு வடிவத்தை அறிய இவை உதவும். நெடிலுக்கு இரண்டு துணை எழுத்திடுவது (அதியனூாரான) த்து, க்கு, ண்டி, உம் போன்ற கூட்டெழுத்துகளுக்கும், பணம், மாதம், நெல், ஆண்டு, தேதி, ஒப்பம், மேற்படி, மேல்வாரம், வயல், தடி போன்ற சொற்களுக்கும், குறுணி, பதக்கு போன்ற நெல் அளவைகளுக்கும், கிழக்கு போன்ற திசைகளுக்கும், 1¾, 3½ என்னும் சில எண்களுக்கும் குறியீடுகளே தரப்பட்டுள்ளன. 66 மூல ஆவணங்களில் 92 அளவில் குறியீடுகள் உள்ளன. இவற்றில் கல்வெட்டுகளில் இல்லாதவை பல உள்ளன.

நெடில் எழுத்துக்களைக் குறில் எழுத்துக்களால் குறிப்பது (வேண்டும் – வெண்டும்) சர்வசாதாரணமாய் வருகிறது. கி.பி. வருஷத்தை (2016) சுருக்கமாகக் (16) குறிப்பது போன்ற இன்றைய வழக்கம் முதலியார் மூல ஓலைகளில் உள்ளது. (மலையாள வருஷம் 625 என்பது 25 எனக் குறிப்பிடப்பட்டுள்ளது)

ஷ என்ற எழுத்துக்கு ‘ழ’ எழுத்தே பெரும்பாலும் பயன் படுத்தப்படுகிறது. எ.கா. விஷு – விழு; சித்திரை விஷு அல்பசி விஷு; உஷா பூஜை (உழா பூசை). தட்சணை என்ற சொல் தெட்சனை என்றும், ஞாயிறாட்சை என்பது நாகிறாட்சை என்றும், அமரபக்ஷம் என்பது அமரபக்கிஷம் என்றும் குறிக்கப்படுகின்றன.

கவிமணியின் முதலியார் ஓலைப் பிரதியில் சில கல்வெட்டு களும் ஏட்டிலிருந்து எழுதப்பட்ட பாடல் வரிகளும் உள்ளன. ‘இரவிக்குட்டிப் பிள்ளை போர்’ என்ற கதைப்பாடல் தனித்தாளில் முழுமையாக உள்ளது. இவற்றில் இரவிக்குட்டிப்பிள்ளை போர்

வில்லுப் பாட்டை மட்டும் சிறு முகவுரையுடன் பின்னிணைப்பில் கொடுத்துள்ளேன்.

இந்த நூலின் எல்லா ஆவணங்களையும் படித்துப் புரிந்து கொள்ள உதவியவர் செந்தீ நடராசன் அவர்கள். கூட்டெழுத்துக் களையும் குறியீடுகளையும் அவரே அடையாளங் கண்டு சொன்னார். பின்னிணைப்பில் உள்ள கூட்டெழுத்துக் குறியீடு பட்டியல் அவர் உருவாக்கியதுதான்.

இந்த நூலை உருவாக்கும்போது தேவையான ஆய்வு நூல்களைப் பெற உதவிய நாகர்கோவில் இந்துக் கல்லூரி தமிழ்த் துறைத் தலைவர் டாக்டர் தெ.வே. ஜெகதீசன், இதே கல்லூரி நூலகர் பேரா. டாக்டர் சி. மாணிக்கவாசகம், மூல ஆவணங்களைத் தந்த கோலப்ப பிள்ளை, இந்த நூலுக்கு நல்லதொரு அணிந்துரை நல்கிய பேராசிரியர் முனைவர் *Y.* சுப்பராயலு, நூலில் பிழைகளைக் கவனமாகத் திருத்திய சென்னை செல்லப்பா, என் மோசமான கையெழுத்தைப் படித்துக் கணிப்பொறியில் அடித்த சுபா, மஞ்சு, மணிகண்டன், அட்டைப்படம் வடிவமைத்த வள்ளியூர் வி. பெருமாள், இந்நூலை வெளியிடும் காலச்சுவடு கண்ணன் ஆகிய எல்லாருக்கும் என் நன்றியைத் தெரிவித்துக்கொள்ளுகிறேன்.

இந்த நூலை நாஞ்சில்நாட்டுத் தமிழறிஞர் செ. சதாசிவம் பிள்ளையவர்களுக்குச் சமர்ப்பித்திருக்கிறேன். இவர் செய்குத்தம்பிப் பாவலர், சாஸ்தாங் குட்டிப் பிள்ளை போன்றோரிடம் இலக்கணம் கற்றவர். கவிமணியிடம் நெருக்கமாக இருந்தவர். *1943*இல் ‘சேரநாடும் செந்தமிழும்’ என்ற வரலாற்று நூலை எழுதியவர்.

நாகர்கோவில் **அ.கா. பெருமாள்**
10.12.2016

முதலியார்களும்
பழைய ஆவணங்களும்

நாஞ்சில் நாட்டு அரசியல் நிர்வாகத்துடனும் அரசின் தலைமையுடனும் நாஞ்சில் நாட்டு வேளாளர் களுடனும் ஏறத்தாழ ஆறு நூற்றாண்டுகள் தொடர்பு கொண்டிருந்த முதலியார்களைப் பற்றிய ஆதார பூர்வமான ஆவணங்கள் குறைவாகவே கிடைத் துள்ளன. ஆனால் வாய்மொழிச் செய்திகள் நிறையவே வழங்குகின்றன.

நாஞ்சில் நாட்டின் வடக்கே அழகியபாண்டிய புரத்தில் வாழ்ந்த முதலியார்கள் பாதுகாத்த 600 ஓலைச்சுவடிகளும் இப்போது திருவனந்தபுரம் ஆவணப் பாதுகாப்பு மையத்தில் உள்ளன. இவற்றில் சிலவற்றைக் கவிமணி தேசிகவிநாயகம் பிள்ளை பெயர்த்து வைத்திருந்தார். அவர் தன் குறிப்பில் அழகியபாண்டியபுரம் பெரியவீட்டு முதலியார் வீட்டு ஆவணங்கள் என்றுதான் குறிப்பிடுகிறார்.

1

அழகியபாண்டியபுரமும் முதலியார்களும்

அழகியபாண்டியபுரம் ஊரைப் பற்றி முதலில் ஆராய்ந்த கே.என். சிவராஜ பிள்ளை பசும்பூண் பாண்டியன் பொதியமலையைக் கைப்பற்றிய பிறகு அந்த ஊரைத் தன் பெயரால் அழைத்தான். இதை ஆண்ட அதியன் என்பவனின் பெயரும் இந்தப் பாண்டியனின் பெயருடன் சேர்ந்துகொண்டது. அதனால் அதியனூரான அழகியபாண்டியபுரம் ஆயிற்று என்கிறார் இவர். (K.N. Sivaraja Pillai 1984, p. 122)

இளங்குளம் குஞ்சன் பிள்ளை இக்கருத்தை ஒத்துக்கொள்ளுகிறார். (1970:167) நாஞ்சில் நாட்டை முதலாம் இராஜராஜன் முற்றுகை இட்டபோது, சேரன் பாஸ்கர ரவிவர்மனும் பாண்டியன் அமரபுஜங்கனும் எதிர்த்துப் போர் புரிந்தனர். *(K.A Neelakanda Sastri 1972, p. 24)* இராஜராஜன் பாண்டியனை வென்றான். எனவே இந்த நிகழ்ச்சி நடந்த 10ஆம் நூற்றாண்டுக்கு முன்பே அழகியபாண்டியபுரம் ஊர் இருந்தது என்று கூறலாம். ஏறத்தாழ ஆயிரம் ஆண்டுகளுக்கு முற்பட்ட இந்த ஊரில்தான் முதலியார்கள் வாழ்ந்தார்கள்.

பூர்வீகம்

அழகியபாண்டியபுரம் முதலியார்கள் சைவ வேளாள மரபைச் சார்ந்தவர்கள். முதலியார்கள் என்பது இவர்களுக்கு அரசர்கள் கொடுத்த பட்டம். இது சாதிப்பெயர் அல்ல. நிர்வாகம் தொடர் பாகக் கிடைத்த பட்டம். இதைக் கொச்சியில் வாழ்ந்த யூதர்கள் கூடப் பெற்றிருக்கிறார்கள். அரசரின் அதிகாரங்களைப் பகிர்ந்து கொண்டவர்களை முதலியார்கள் என்று அழைத்த செய்தியைக் கொச்சி ஆவணம் ஒன்று கூறும். *(K.P. Pathmanaba Menon 1929, p. 521)*

அழகியபாண்டியபுரம் முதலியார்களின் மூதாதையர் காவிரிப்பூம்பட்டினத்திலிருந்து குடிபெயர்ந்து களக்காடு (திருநெல்வேலி மாவட்டம்) என்ற ஊரில் குடியேறினர். அங்கு ஆட்சி புரிந்த பாண்டியக் குறுநில மன்னனிடம் பணிபுரிந்தனர். பின்னர் அங்கிருந்து குடிபெயர்ந்து கருங்குளம் ஊர்வழி அழகிய பாண்டியபுரத்துக்கு வந்தனர். இவர்கள் இப்படி வந்த காலத்தை உறுதியாகச் சொல்ல முடியவில்லை.

முதலியார் ஆவணங்களில் மிகப் பழையது என்று கருதப்படும் ஒரு ஓலையில் குறிப்பிடப்படும் இவர்களின் பட்டப்பெயரின் அடிப்படையில் இவர்களின் குடிப்பெயர்ச்சி கி.பி. 13ஆம் நூற்றாண்டிற்கு முன்னரே நிகழ்ந்துவிட்டது என்று தெரிகிறது. இந்த ஓலை குணவன் வடுகனான இராசேந்திர சோழ வயிராவணன் என்னும் பெயரைக் குறிப்பிடுகிறது. வயிராவணன் என்ற பெயர் முதலியார்களுக்கும் உண்டு. இந்த ஆவணத்தின் மொழிநடையும் நாகர்கோவில் ஒழிகினசேரி சிவன்கோவிலில் காணப்படும் 13ஆம் நூற்றாண்டுக் கல்வெட்டு மொழிநடையும் ஒத்து இருப்பதால் இவர்களின் பழமை 13ஆம் நூற்றாண்டுக்கு முன்புவரை செல்கிறது. *(தே. வேலப்பன் 2000, ப. 31)*

குறவன் கதை

முதலியார்கள் நாஞ்சில்நாட்டில் குடியேறியதற்குக் குறவ அரசன் தொடர்பான கதை ஒன்றைக் கூறுகின்றனர். முதலியாரின்

அ.கா. பெருமாள்

முன்னோர் ஒருவர் களக்காட்டிலிருந்து குடிபெயர்ந்தபோது வள்ளியூர் பாண்டியன் ஒருவனிடம் தொடர்புகொண்டார். பாண்டியனுடைய மகனின் காதுவலியைக் குணப்படுத்திய குறவன் ஒருவனுக்கு, வள்ளியூர் பாண்டியன் நாஞ்சில் நாட்டைக் கொடுத்தான். நிர்வாகம் தெரியாத குறவனுக்கு உதவ முதலியாரை நாஞ்சில் நாட்டுக்கு அனுப்பினான் பாண்டியன். இதற்கு வேறு காரணக் கதையும் உண்டு. (அ.கா. பெருமாள், தென்குமரியின் கதை *2006*, பக். *46*, *47*)

நாஞ்சில் நாட்டில் குடியேறிய முதலியார்கள் நாஞ்சில் குறவனுடன் கொண்ட மணமறுப்பின் காரணமாக அவனையும் அவன் உறவினர்களையும் கொன்ற பின்பு நாஞ்சில் நாட்டின் நிர்வாகப் பொறுப்பை முழுதும் ஏற்றுக்கொண்டார்கள். இதன் பிறகு வேணாட்டு ஆட்சிக்கு உட்பட்ட முதலியார்களும் நாஞ்சில் நாட்டு மக்களும் இணங்கிய பின்பு நாஞ்சில் நாடு, வேணாட்டின் ஒருபகுதியானது. இது எந்த நூற்றாண்டில் நிகழ்ந்தது என்று சரியாகத் தெரியவில்லை. சங்குண்ணி மேனன் இது கி.பி. 12ஆம் நூற்றாண்டு என்று கூறுவதைக் கவிமணி மறுத்திருக்கிறார். *(Kerala Society Papers Series 7, p. 22)*

மக்கள் வழியினர்

முதலியார்கள் மக்கள்வழி மரபினர்; சைவவேளாளர்கள். மருமக்கள் வழியைச் சார்ந்த பெரும்பாலான வேளாளர்கள் முதலியார்களின் தலைமையை ஏற்றுக்கொண்டது புரியாத புதிர்தான். அதோடு மருமக்கள்தாய அரச பரம்பரையுடைய வேணாட்டு மன்னர்களும் திருவிதாங்கூர் மன்னர்களும் முதலியார்களைத் தங்களின் விசுவாசமான அதிகாரிகளாக எப்படி வைத்துக்கொண்டனர்? இது இன்னொரு புதிர். மார்த்தாண்டவர்மா அரசர் காலத்தில் *(1728 – 1758)* நடந்த உள்நாட்டுக் கலகம் ஒருவகையில் மருமக்கள்வழி மக்கள் வழிப் போராட்டம்தான். இப்போராட்டத்தில் மருமக்கள்வழி பக்கமே முதலியார்களும் நின்றனர். இதுவும் ஒரு புதிர்.

மூன்று விருதுகள்

முதலியார்கள் வணிகராமன், சேரகோன், வயிராவணன் என்னும் பட்டங்களைப் பெற்றிருந்தனர். இவர்களில் அழகிய பாண்டியபுரத்தில் வயிராவணன் குடும்பம் தங்கியது. பிற இரு குடும்பத்தினரும் ஆளூர் என்னும் ஊரில் குடியிருந்தனர். முதலியார்கள் வேணாட்டு அரசர்கள் தொடர்பு 13ஆம் நூற்றாண்டிலிருந்தே தொடங்குகிறது.

நாட்டுக்கூட்டம்

முதலியார் நாஞ்சில் நாட்டு 12 பிடாகைகளுக்கும் தலைவராக இருந்தார். ஒவ்வொரு பிடாகைக்கும் ஒரு தனிக்கொடி இருந்தது. பிடாகைக்கென்று வெங்கல முரசு, கொம்பு வாத்தியங்கள் இருந்தன. முரசின் முன்பகுதியில் வெள்ளி வெண்டயம் தொங்கியது. உள்ளீடு உள்ள சிலம்பு போன்று இருக்கும் வெண்டயம் முதலியாருக்கும் நாட்டுக்கூட்டத்தாரின் தன்மானத்துக்கும் அடையாளமாகக் கொள்ளப்பட்டது.

பொதுவாக வயல் விவசாயம், வரிவசூலிப்பு, புதியவரி விதிப்பு போன்ற செய்திகள் நாட்டுக்கூட்டத்தில் பேசப்பட்டன. முதலியார் அம்பலக்காரரின் உதவியுடன் நாட்டார்களிடம் வரிவசூலித்து அரசருக்கு அனுப்பினார்.

முதலியார்கள் ஒடுக்கப்பட்டனர்

ஏறத்தாழ 500 ஆண்டுகளாக நாஞ்சில் நாட்டில் பெருமையுடன் வாழ்ந்த முதலியாரின் அதிகாரம் 1818இல் ஒடுக்கப்பட்டது. இதற்கு முன்பு வீரகேரளன் என்ற வேணாட்டு அரசன் முதலியார்களின் நிர்வாகத்தை முறைப்படுத்தினாலும் கிழக்கிந்தியக் கம்பெனி பிரதிநிதியான கர்னல் மன்றோ முதலியார்களின் மேலாண்மையை முழுதும் ஒழித்துவிட்டான்.

கௌரி லட்சுமிபாய் அரசியின் (1811–1815) காலத்துத் திவான் ரெசிடென்றான கர்னல் மன்றோ நாட்டுக் கூட்டத்துக்குத் தடைவிதித்தபோது, திருவிதாங்கூர் அரசு முழுதும் அதற்கு உடன்பட்டது. எல்லாம் நாடகம் மாதிரி. இந்த இடத்தில் ஒரு விஷயத்தை ஊகித்துப் பார்க்கலாம். முதலியார் நிர்வாகம் ஊழல் செய்ததா? முதலியாரின் நாட்டுக்கூட்டம் அரசு இயந்திரத்தி லிருந்து பிரிந்து நின்று செயல்பட்டதாகக் கருதப்பட்டதா? இரண்டுமே இருக்கலாம்.

மிகப் பழைய ஆவணம்

'முதலியார் ஓலைகள்' என்னும் இந்தத் தொகுப்பில் உள்ள மிகப் பழைய ஆவணம் 1349ஆம் ஆண்டினது. இந்த ஆவணம் அழகியபாண்டியபுரத்தில் மட்டுமல்ல ஆளூரிலும் முதலியார் களின் நிர்வாகம் இருந்தது என்கிறது. அப்போது ஆளூர் வணிகத் தலமாகவும் இருந்திருக்கிறது.

முதலியார்களின் உட்பூசல்

1616ஆம் ஆண்டு ஆவணம் அழகியபாண்டியபுரத்தில் ஆதிச்சகுட்டி வணிகராமன் முதலியார் என்பவர் இருந்ததைக் கூறும்.

அ.கா. பெருமாள்

முதலியார்களின் இறப்புச் சடங்கு மிக ஆடம்பரமாக நடந்தது என்பதற்கு இந்த ஆவணம் சான்று. வணிகராமன், வயிராவணன், சேரகோன் என்னும் மூன்று பிரிவினரிடையேயும் மனஸ்தாபம் வந்து உட்பூசலிட்டுக் கொண்டு இருந்தபோது அரசரே தலையிட்டு சமாதானம் செய்திருக்கிறார். இந்த மாறுபாடு குறித்த செய்திகள் 16ஆம் நூற்றாண்டு முதலே கிடைக்கின்றன.

மலையாள எழுத்தில் உள்ள 16 அல்லது 17ஆம் நூற்றாண்டு ஆவணத்தில், 'முதலியார்களின் மூன்று பிரிவினரும் பலபரீட்சை செய்யக் கூடாது; இவர்களின் உட்பூசலை நேரில் விசாரிக்கச் செங்கனூரிலிருந்து மகாதேவர் என்பவர் வருகிறார்; அவருடன் முதலியார்கள் பேசி முடிவெடுக்கலாம்' என அரசரே அனுப்பிய செய்தி உள்ளது.

நெல்விலையை முடிவுசெய்தல்

முதலியார்கள் நாஞ்சில் நாட்டின் வயல் விவசாயம், நெல்விலையை முடிவு செய்வது குறித்து விவாதித்தது பற்றிய செய்திகள் இந்தத் தொகுப்பில் உள்ள ஆவணங்களில் உள்ளன. ஆண்டு இல்லாத ஆவணம் ஒன்று இராமச்சந்திரபட்டர் என்னும் அதிகாரி நாஞ்சில் நாட்டின் நெல் விலையை முடிவுசெய்வது குறித்து விவாதிக்க வருவதாகக் கூறுகிறது. 18ஆம் நூற்றாண்டு நீட்டு ஆவணம் ஒன்று, வடமீதி விவசாயிகள் வயலறுப்பு, பாட்ட நெல் கொடுப்பது, மேல் வாரம் போன்ற விஷயங்களை முதலியாரிடம் பேசித் தீர்த்துவிட வேண்டும் என்றும் அல்லாமல் தாங்களே முடிவு செய்யக்கூடாது என்றும் அரசர் தெரிவிப்பதாகக் கூறுகிறது.

2

கோவில்கள், மடங்கள், குத்தகைக்காரர்கள்

முதலியார் ஓலைகளில் நாஞ்சில் நாட்டு விவசாயம், நீராதாரம் பற்றிய செய்திகளும் நிலவுடைமையாளர்களாகச் செயல்பட்ட கோவில் நிர்வாகிகளுக்கும் குத்தகைக்காரர்களுக்கும் நிரந்தர மாக இருந்த பூசல் பற்றிய செய்திகளும் வரிவசூலிப்பு, படையெடுப்பால் அழிக்கப்பட்ட கோவில்கள் குறித்த செய்தி களும் உள்ளன.

விவசாயிகள் கூட்டம்

நாஞ்சில் நாட்டு விவசாயிகள் ஆறு குளங்களை நம்பியே வாழ்ந்தனர். வயல்கள் விதைக்க வேண்டிய நாளைத் தேர்வு செய்தல், வித்து தேர்வு, களைபறிப்புக்கு அடிமைகளைப் பரிமாறிக்கொள்ளல், குளங்களைப் பராமரித்தல், தனியார் குளங்களின் நீரை விற்பதில் உள்ள சிக்கல், உரம் போடுதல்

எனப் பல விஷயங்களை விவாதிப்பதற்காகச் சுசீந்திரம்
தாணுமாலயன் கோவில் மார்கழித் தேர்த்திருவிழாவின் மாலை
நேரத்தில் நாஞ்சில் நாட்டு விவசாயிகளில் குறிப்பாகத் தென்வீதி
மக்கள் (அகஸ்தீஸ்வரம் வட்டம்) கூடினார்கள்.[1] கூட்டத்தில்
எடுத்த முடிவுகளும் ஆலோசனைகளும் ஓலையில் பதிவு
செய்யப்பட்டன. 1785ஆம் ஆண்டு ஓலை இது பற்றிக் கூறும்.

நீராதாரம் பேணல்

நீராதாரங்களைப் பேணுவதற்குக் கோவில் நிலங்களின்
மேல்வாரத்தைப் பயன்படுத்தியது பற்றிய ஓர் ஆவணம்
கிடைத்துள்ளது. நீராதாரங்களைப் பேணுவதில் ஆரம்பகால
திருவிதாங்கூர் அரசர்கள் கவனமாய் இருந்தனர்.

> குளத்து மண்ணைத் தோண்டச் சொல்லி
> கோவிலுக்கெல்லாம் சொல்லிவிட்டார்
> ஆத்துமண்ணைத் தோண்டச் சொல்லி
> ஆலயங்களுக்குச் சொல்லிவிட்டார்
> கருமண்ணத் தோண்டச் சொல்லி
> கண்டவனெல்லாம் சத்தம் போட்டான்
> கரையெல்லாம் மண்ணு சேருதப்பா
> கானாங்கோழி எங்கே போச்சோ

என்பது களியலாட்டப் பாடல். இன்னொரு பாடல் திருவிதாங்கூர்
ராஜ்யத்தின் முதல் அரசரான மார்த்தாண்டவர்மா நீராதாரங்
களைப் பேணிய செயல்பாட்டை விரிவாகக் கூறுகிறது.[2]
நீராதாரங்களைப் பெருக்குவது குறித்த குடியானவர்களின்
தொழில்நுட்ப ஆலோசனையை மார்த்தாண்ட வர்மா நேரடி
யாகவே கேட்டுச் செயல்பட்டிருக்கிறார் என்பது குறித்த
வாய்மொழிக் கதைகள் உண்டு.[3]

தொழில்நுட்பம்

விவசாயத் தொழில்நுட்பம் குறித்த செய்திகள் ஆவணங்களில்
இல்லை, என்றாலும் நுட்பமான சில விஷயங்களை ஊகிக்க
சில ஆவணங்கள் இடம் கொடுக்கின்றன. வயல்கதிர்களைச்
சூடடிக்கத் தோதான மாடுகள் கிடைக்கவில்லை என்றால்
கதிரை நிலவடி அடித்து நன்றாக உதறிப்போட்டு குவித்து
வைத்துவிட வேண்டும். இந்தத் தாளில் சூடு இறங்குமுன்
மாடுகளைப் பிணைகூட்டி சூடடிக்கலாம் என்று ஓர் ஆவணம்
கூறுகிறது.

கோவில் மடங்கள் நிலங்கள்

நாஞ்சில் நாட்டில் உள்ள பெரும்பாலான விவசாய நிலங்கள்
கோவில்களுக்கும் மடங்களுக்கும் சொந்தமாய் இருந்தன.

அ.கா. பெருமாள்

அரசருக்கும் அவருடைய குடும்பத்தினருக்கும் நாஞ்சில் நாட்டில் நிலங்கள் உண்டு. சுசீந்திரம் தாணுமாலயன் கோவில்[4], திருவட்டாறு ஆதிகேசவப்பெருமாள் கோவில்[5], திருவனந்தபுரம் பத்மநாபசுவாமி கோவில்[6] ஆகியவற்றின் கீழ் இருந்த மடங்களுக்குச் சொந்தமாக நிலங்களும் தோட்டங்களும் பெருமளவில் இருந்தன. இந்தக் கோவில் மடங்களை நிர்வகித்த தமிழ், மலையாள பிராமணர்களுக்கும் இவற்றிற்குரிய நிலங்களைக் குத்தகை எடுத்தவர்களுக்கும் நிரந்தரமாகவே பூசல் இருந்தது. இது குறித்த செய்திகள் முதலியார் ஆவணங்களில் உள்ளன.

சோற்றுக்கட்டிச் சம்பளம்

கோவில்களுக்கும் மடங்களுக்கும் சொந்தமான நிலங்களைக் குத்தகை எடுத்தவர்களுக்கும் அரசு அதிகாரிகள், மடத்தை நிர்வகித்தவர்கள் ஆகியோருக்குமிடையே எப்போதுமே பூசல் இருந்திருக்கிறது. இது நாட்டின் தலைமை பீடத்தைப் பாதித்திருக்கிறது. அரசர்கூட குத்தகைக்காரர்களைப் பெரிய அளவில் பகைத்துக்கொள்ளவில்லை. அனுசரித்துத்தான் போனார்.[7] நாஞ்சில் நாட்டு வயல்களில் விளைந்த பெருமளவு நெல் கோவில்களுக்கும் மடங்களுக்கும் சென்றன. கோவிலின் நிரந்தரப் பணியாளர்கள் நெல் அல்லது சோற்றுக்கட்டிகளைச் சம்பளமாகப் பெற்றனர்.

நெல் அளப்பதில் பிரச்சினை

கோவில்களுக்கும் மடங்களுக்கும் சொந்தமல்லாத நிலங்களில் விளைந்த நெல்லின் விலையை நிர்ணயிப்பதில் பிரச்சினை இருந்தது. இதனால் நாஞ்சில் நாட்டின் நெல்விலை அதிகமாக இருந்தது. 17ஆம் நூற்றாண்டு ஆவணப்படி ஒரு கோட்டை நெல்விலை 5 பணம் ஆக இருந்தது. இதே காலத்தில் ஒரு ஏக்கர் நிலம் உத்தேசமாக 17 பணம் என இருந்தது. இந்த ஏற்றத்தாழ்வு ஏன் வந்தது?

இந்த நூலில் உள்ள இரண்டு ஆவணங்களில் (1634, 1739) நெல் அளப்பது குறித்த தகராறில் அரசரே தலையிட்டது பற்றிய செய்தி உள்ளது. குத்தகை நெல்லை அளக்கும்போது, பலவகையான மரக்கால்களைப் பயன்படுத்தினர். உதிரி பிடித்து அளப்பது (ஒப்பளவு) மரக்கால்களில் கையைத் தாங்கி அளப்பது (தாங்களவு) அளந்தபின் சிந்திக் கிடக்கும் நெல்லைப் பெருக்கிக் கூட்டி அளப்பது ஆகியன குத்தகைக்காரர்களை எரிச்சலடையச் செய்திருக்கின்றன. 1739ஆம் ஆண்டு ஆவணம் கோவில் நிர்வாகிகள், குத்தகைக்காரர்களிடம் குத்தகை நெல்லை அளக்கும்போது தாங்களவு முறையைப் பின்பற்ற

வேண்டும் என வற்புறுத்தியதற்குக் குத்தகைக்காரர்கள் மறுப்பு தெரிவித்ததும் ஒப்பளவே வேண்டும் என்று கேட்டதும் ஆன செய்தியைக் கூறும்.

வேணாட்டரசர்கள் குத்தகைக்காரர்களின் இந்தப் பிரச்சினைகளை நேரடியாகவும் அதிகாரிகளை அனுப்பியும் விசாரித்திருக்கின்றனர். 1634ஆம் ஆண்டு ஆவணம் "குத்தகை நெல்லை அளக்க ஒரு மரக்காலையும் பிற காரியங்களுக்காக வேறு ஒரு மரக்காலையும் பயன்படுத்த வேண்டும்; இது 1634ஆம் ஆண்டு முதல் நடைமுறைக்கு வருகிறது. இச் செய்தி ஊர்ப்புறங்களில் கல்லில் வெட்டியும் ஓலையில் பதிவு செய்தும் அறிவிக்கப்படுகிறது" என்று கூறுகிறது.[8]

முத்திரை மரக்கால்

1739 ஆம் ஆண்டு ஆவணம், மரக்கால் குறித்த அரசரின் கருத்தை விளக்குகிறது. இக்காலத்தில் திருவிதாங்கூரின் அரசராக இருந்தவர் மார்த்தாண்டவர்மா ஆவார். இவர் அரசு முத்திரையிட்ட ஒரு மரக்காலை அறிமுகப்படுத்தி இந்த மரக்காலால்தான் குத்தகை நெல்லை அளக்க வேண்டும்; அது ஒப்பளவாய் இருக்க வேண்டும் என உத்தரவிடுகிறார். பிற்காலத்தில் பறை என்ற மரக்கால் அறிமுகப்பட்டதன் காரணமும் இதற்குத்தான்.

குத்தகை புதுப்பித்தல்

கோவில் மடத்து நிலங்கள் குறிப்பிட்ட குத்தகைக்காரர்களிடம் பலகாலம் தொடர்ந்து இருப்பதால் விளைந்த சிக்கலை மார்த்தாண்டவர்மா அதிகாரிகளுடன் விவாதித்தார். குத்தகைத் தொகையை அதிகரிப்பதன் மூலம் அவர்களின் நிலங்களை வேறு ஆட்களுக்கு மாற்றலாம் என்ற யோசனை அப்போது முன்வைக்கப்பட்டது. கி.பி. 1738ஆம் ஆண்டு ஆவணம் கூறும் செய்தி இது.

மார்த்தாண்டவர்மா நாஞ்சில் நாட்டுக் கோவில் நிலக் குத்தகையாளர்களுக்கு 1738ஆம் ஆண்டில் ஓர் அறிக்கை அனுப்புகிறார்.

கோவில்நிலக் குத்தகையை 3 ஆண்டுகளுக்கு ஒருமுறை புதுப்பிக்க வேண்டும். அப்படிப் புதுப்பித்துக் கொள்பவர் களுக்கோ பணம் கொடுப்பவருக்கோ அந்த நிலம் பயிரிடக் கொடுக்கப்படும். பழைய குத்தகைக்காரர் நிலத்தை விட்டுக் கொடுக்க வேண்டும். குத்தகைத் தொகையை அதிகமாகக் கேட்பதற்கு யாரும் முன்வரவில்லை என்றால் பழைய குத்தகைக்

அ.கா. பெருமாள்

காரரே அந்த நிலத்தைப் பயிரிடலாம். புதிய குத்தகைக்காரர் ஒரு கோட்டைக்கு ஒரு பணம் வீதம் மாராயம் *(Deposit)* கொடுக்க வேண்டும். இது *3* ஆண்டு செல்லுபடியாகும். இதற்கு அடையோலை எழுதிக் கொடுக்க வேண்டும். இந்த பழக்கம் *1738* முதல் அமலுக்கு வருகிறது என்று இந்த ஆவணம் கூறுகிறது.

குத்தகையாளர் முரண்பாடு

வேணாட்டின் தலைநகராக இருந்த கல்குளத்தில் ஸ்ரீபத்மநாப மடம் ஒன்று இருந்தது. இந்த மடத்தில் சங்கர நாராயணர் மார்த்தாண்டன் பூசை நடக்க ஓர் அரசன் நிபந்தம் கொடுத்திருக் கிறான். (கி.பி. *1465*) இவன் பெரும்பாலும் கோதை ஆதித்திய வர்மாவாக இருக்கலாம். இந்த மடத்தில் பிராமணர் களுக்குத் தினமும் போஜன உபசாரம் நடந்தது. இதற்குரிய நெல்விளையும் நிலம் நாஞ்சில் நாட்டில் இருந்தது.

குத்தகைக்காரர் இந்த மடங்களுக்கு நெல் அளப்பதில் கால தாமதம் செய்தபோது பிராமண போஜனம் தடைப்பட்டது. இதனால் அதிகாரிகள் வெகுண்டு குத்தகைக்காரர்களைச் சாடினர்.

பிராமணரை அடித்த குத்தகைக்காரர்

*1534*ஆம் ஆண்டு ஆவணம் ஆளூர் சுனைநீர் குறிச்சி மடத்தில் நடந்த நிகழ்ச்சி ஒன்றைக் கூறும். ஸ்ரீபத்மநாபசுவாமி கோவிலுக்குச் சொந்தமான ஸ்ரீபத்மநாபன் மடத்தில் பூசை நடப்பதற்குக் குரக்காணி கொல்லம் தேவன் குன்றன் என்பவன் நிபந்தம் கொடுத்திருக்கிறான். இதை ஆளூர் சுனைநீர் குறிச்சி பண்டாரம் செய்வோர்கள் கவனித்துவந்தனர். இவர்கள் இந்த மடத்தில் உள்ள ஆனந்தவாத்தியார் என்னும் பட்டரை (பிராமணர்) ஆள்வைத்து அடித்திருக்கின்றனர். இதனால் அடித்தவர்களுக்கு *54* கலியுக ராமன் பணம் அபராதம் விதிக்கப் பட்டது. இதற்குப் பற்றுச்சீட்டும் கொடுக்கப்பட்டது.

பிராமணர் ஒருவரைப் பிராமணர் அல்லாதார் (குத்தகைக் காரர்) அடித்திருக்கிறார். இதற்கு அபராதம் மட்டுமே விதிக்கப் பட்டிருக்கிறது. வேணாட்டில் பிராமணர் கை ஓங்கி நின்ற காலத்தில் அன்றைய அரசு இதை எப்படிச் சகித்துக்கொண்டது? இது புரியாத புதிர். அரசு சார்பாக வந்த அதிகாரிகளின் ஊழலும் பிரச்சினைகளுக்கு ஒரு காரணம். இது குறித்த *1694*ஆம் ஆண்டு ஆவணம் கூறும். மடத்து நிர்வாக அதிகாரியான கிருஷ்ண பிள்ளை என்பவரைப் பற்றிக் குத்தகைக்காரர்கள் அரசரிடம் குற்றம் சாட்டிய செய்தியை மார்த்தாண்டவர்மா காலத்து (*1733*) ஆவணம் கூறும்.

மார்த்தாண்டவர்மா ஒருமுறை நாகர்கோவில், நாகராஜா கோவில் வாசலில், குத்தகைக்காரர்களுடன் ஒன்றாக அமர்ந்து குத்தகைப் பிரச்சினை பற்றிப் பேசியிருக்கிறார். (1733) அப்போது பொறுத்துக்கொள்ள முடியாத வையாவரியை நீக்கும்படி வேண்டுகோள் விடுத்துள்ளனர். இது 1733ஆம் ஆண்டு ஆவணச் செய்தி. சில சமயம் மடங்களுக்குரிய குத்தகை நெல்லைக் குத்தகைக்காரர்கள் கொடுக்காதபோது முதலியார் விசாரித் திருக்கிறார். வயல் கரிவின்போது அரசரே நேரடியாக வந்து வரிவிலக்கு அளித்தார். இது 1740ஆம் ஆண்டு ஆவணச்செய்தி.

காணியாட்சை

ஒரு குறிப்பிட்ட நிலத்தை அல்லது கோவில் நிலத்தைப் பரம்பரையாக அனுபவிப்பவர்கள் அதைத் தங்களுக்குப் பாத்தியதைப்பட்டது என அதிகாரிகளிடம் வேண்டிக்கொண்ட தாக 1694ஆம் ஆண்டு ஆவணம் கூறும். ஒருவகையில் இன்றைய பட்டா பதிப்பது போன்றது இது. இந்த விஷயம் பற்றிப் பேச காணியாளர்கள் 16 பேர் சேர்ந்து செய்த முயற்சி பற்றி இந்த ஆவணம் கூறும். அரசரைச் சந்திப்பதற்கு ஆன செலவை இந்தக் காணியாளர்கள் 16 பேரும் பங்கிட்டுக் கொண்டனராம். இக்கால அரசர் ரவிவர்மாவாக இருக்கலாம் (1684–1714).

3

நீராதாரங்கள்

முதலியார் ஓலைகளில் குறிப்பிடப்படும் சில ஆறுகள், குளங்களின் பெயர்கள் கன்னியாகுமரி மாவட்ட கெசட்டீரில் காணப்படவில்லை. ஆவணங்களில் நிலங்களின் எல்லை குறித்த விவரங்களைக் கூறும்போது வயல்களை அடுத்திருந்த நீராதாரங்களைக் குறிப்பிடுவது வழக்கில் இருந்தது.

குளம்

நாஞ்சில் நாட்டு அழகியபாண்டியபுரத்தில் உள்ள குளங்களாக அய்யன்குளம், புதுக்குளம், பெரியகுளம், பேராளூர் குளம், சிற்றாளூர் குளம், தெள்ளாந்திக் குளம் என 6 குளங்களின் பெயர்கள் குறிப்பிடப்படுகின்றன.[9] மேற்பிடாகை யில் வீற்றிருந்தான் குளம் குறிப்பிடப்படுகிறது. இது பெரிய அளவிலானது.

வீரநாராயண சேரியில் இருந்த சுனைநீர்க்குறிச்சி தேவர் குளம் வற்றாதது.[10] பொய்கைக் குளம், கேசவ நல்லூர் குளம், தென்பாறைக் குளம் என்னும் குளங்களின் பெயர்களும்

ஆவணங்களில் வருகின்றன. வற்றாத குளங்கள் தனியாருக்கோ கோவிலுக்கோ சொந்தமாக இருந்தால் உபரிநீரைப் பிற வயல் உரிமையாளர்களுக்கு விலைக்குக் கொடுக்கலாம் என்று ஓர் ஆவணம் கூறும்.[11]

ஒரு வயலின் எல்லையைக் கூறும்போது வயலருகே இருந்த கிணறு ஒன்றைப் பற்றிய குறிப்பு வருகிறது. இந்த வயல் பகுதி கிணற்றங்கால் எனப்பட்டது. இது கிணற்றுப்பாசனமாக இருக்கலாம். கிணற்றிலிருந்து நீரை எப்படி இறைத்தார்கள் என்பது பற்றிய தகவல்கள் இல்லை. பெரிய வயல்களுக்கு நீர் கொடுத்த ஏரி அந்த வயல்களின் பெயரால் அழைக்கப்பட்டது. 1453ஆம் ஆண்டு ஆவணம் அழகியபாண்டியபுரம் பெரியகுளத் தின் கீழ் பாசன வயல்கள் நிறைய இருந்தன; இவை முழுதும் குளத்தை நம்பியே பயிரிடப்பட்டன என்று கூறும்.

ஆறுகள்

பழைய சில ஆறுகளைத் தவிர அலத்துறை ஆறு, வீரநாராயண சேரியாறு, செங்கழு நீர் சேரியாறு, பொய்கையாறு, கானா ஆறு என்ற ஆறுகள் பேசப்படுகின்றன. இந்த ஆறுகள் பெரும்பாலும் பெரிய பாசனக்குளங்களில் பாய்கின்ற கால்வாய்கள் போன்றவை எனக் கருதலாம். இவற்றில் சில கால் என்றே குறிப்பிடப்படுகின்றன. அலத்துறை ஆறும் பொய்கையாறும் இப்போதும் அதே பெயரில் குறிப்பிடப்பட்டாலும் இவை கால்களாகவே உள்ளன. செங்கழுநீர் சேரியாறு, கானா ஆறு என்பவை இப்போது இல்லை.

4

மனை, வீடு, விலை, ஒற்றி . . .

நிலங்களை விலைக்குக் கொடுக்கும்போதும் பாட்டம் (குத்தகை) கொடுக்கும்போதும் ஒற்றிவைக்கும்போதும் நில உரிமையாளர், நிலத்தை வாங்குபவர் பற்றிய விவரங்களை முதலியார் ஆவணங்கள் விரிவாகக் குறிப்பிடுகின்றன. வீட்டை வாடகை விட்ட செய்தி, கடன்வாங்கியபோது, பெற்ற பணத்துக்கு ஈடாக நிலத்தை அடமானம் வைத்த செய்தி, கடன் பெற்றதற்காகப் பற்றுமுறி பெற்ற செய்தி என்பன போன்ற பல செய்திகள் இந்த ஆவணங்களில் உள்ளன.

உறவொற்றி ஓலை

கடன் கொடுத்தவருக்கு நிலத்தை ஈடாகக் கொடுப்பது உறவொற்றி ஓலை எனப்பட்டது. இப்படி ஒற்றியாக வைத்த

நிலத்தில் "அனுபோக விரோதம் (தீர்பிச்சுக்கொள்ளுவது) வருகில் நடைமாடு அஞ்சு வகைப்பட்ட பயன்படு பொருளும் நடையிலழியத் தடுத்தும் வளைத்தும் கொள்ளப் பெறுவாராகவும் தடுத்த பொருளுக்கு அழிவு வருகில் தடுத்தார் மேலும் பொருள் மேலும் சார்பிதாகவும் . . ." என்று எழுதுவது வழக்கம். இது 1451ஆம் ஆண்டு ஆவணம்.

நெல்கடன்

நெல்லைக் கடனாகப் பெறும் வழக்கம் இருந்தது. அப்படிப் பெறும்போது அன்றைக்கு நெல் விலை என்ன என்பதைக் கணக்கிட்டு கொடுத்தனர். ஒருவர் 10 கோட்டை நெல், கடன் வாங்கினார். ஒரு கோட்டை நெல் விலை 5 பணம்; 10 கோட்டைக்கு 50 பணம் கடன் என நெல்லின் விலையே பத்திரங்களில் கடனாகக் குறிக்கப்பட்டது. 1445ஆம் ஆவணம் கூறும் செய்தி இது. இந்தப் பணத்திற்கு இரண்டரை விழுக்காடு வட்டி கொடுக்க வேண்டும் என்ற நிபந்தனையும் குறிக்கப் பட்டுள்ளது.

ஒருவர் 15 கோட்டை நெல்லைக் கடனாகப் பெற்றார். நெல் விலையின்படி ஒரு கோட்டை 5 பணம் வைத்து 15 கோட்டைக்கு 75 ரூபாய் கடன் பெற்றதாகக் கருதப்பட்டது. இதற்குரிய வட்டியைக் கொடுக்க முடியாத நிலையில் கடன் வாங்கியவர் தன் சொந்த நிலத்தைக் கடன் கொடுத்தவருக்கு எழுதி வைத்தார். இது 1446ஆம் ஆண்டுச் செய்தி. இதே ஆண்டில் இன்னொருவர் தான் கடனாக வாங்கிய 3 அச்சுப் பணத்திற்குத் தன் சகோதரியின் நிலத்தை அடமானம் வைத்திருக்கிறார்.

படுகல முறி

1466ஆம் ஆண்டு ஆவணம், படுகலமுறி ஆவணம், ஒன்று ஒருவர் 18 கொல்லச் செலாகை நாணயம் கடனாகப் பெற்று அதற்குப் (வட்டி) பூதோறும் பலிசை நெல் கொடுப்பதாக – (பூவழிப் பலிசை) எழுதிக் கொடுத்த செய்தியைக் கூறுகிறது. இப்படிப் பலிசை கொடுப்பதில் தாமதமானால் தன் நிலத்தைக் கடன் கொடுத்தவன் பற்றிக்கொள்ளலாம் என்றும் இந்த ஆவணம் குறிப்பிடுகிறது.

கடன் வாங்கியவர் கடனைத் திருப்பிக் கொடுத்துவிட்டால் நிலத்தை உரியவனிடம் கொடுத்துவிட வேண்டும். இதுவும் எழுதிப் பதிவு செய்யப்பட்டது. அதில் முற்றொற்றி மீளும் என்ற வாசகம் இருக்கும். இது 1462ஆம் ஆண்டு ஆவணச் செய்தி.

1521ஆம் ஆண்டு படுகலமுறி ஒரு பெண்ணுக்கு 40 பணம் கடன் கொடுத்த செய்தியைக் கூறுகிறது. இந்தப் பணத்திற்கு 2 விழுக்காடு வட்டியைப் பூவழியாகக் கொடுத்திருக்கிறாள். இந்தப் பணத்தை அவள் உழவுக்குச் செலவழித்திருக்கிறாள். (உழவு, வேலை, வித்து வாங்க 17 பணம் பிற வேலைகளுக்கு 33 பணம்) 1467ஆம் ஆண்டு ஆவணம் இசைவுமுறி கடன் கொடுத்தவர் அடமானமாகப் பெற்ற நிலத்தின் நிலவரியைக் கொடுக்க வேண்டும் என்று கூறுகிறது.

விலை பதிவு

ஒரு நிலத்தை விலைபேசி பதிவு செய்வது பற்றிய தகவலை 1601ஆம் ஆண்டு ஆவணம் கூறும். ஒரு வயலை விலைபேசும் போது 4-8 பேர் கூடி விலையை நிச்சயிப்பர். இதன் பிறகு பதிவு செய்யப்படும். அந்த வயலின் பழைய பத்திரத்தையும் புதிய பத்திரத்திரத்துடன் இணைத்து வைக்கும் மரபு இருந்தது. இதை இந்த ஆவணம் கூறுகிறது.

ஒருவன் ஒரு வீட்டில் தொடர்ந்து பல ஆண்டுகள் வாடகைக்கு இருந்தால் அவனை மாற்றக்கூடாது என 1349ஆம் ஆண்டு ஆவணம் கூறும். இந்த ஆவணப்படி வாடகை வீட்டி லிருக்கும் ஒருவனை எளிதில் மாற்ற முடியாது எனத் தெரிகிறது.

பெண்ணுக்கு ஸ்ரீதனம் கொடுப்பது குறித்த செய்திகள் ஆவணங்களில் வருகின்றன. ஸ்ரீதனம் கொடுப்பது பதிவு செய்யப்பட்டது. இது ஸ்ரீதனப் பிரமாணம் எனப்படும். (1458)

வட்டி

பலிசைக்கு (வட்டி) கடன் கொடுப்பது தொழிலாக நடந்தது. இது பற்றிய செய்திகள் ஆவணத்தில் உள்ளன. இது பாவ மாகவோ அருவருப்பான காரியமாகவோ கருதப்படவில்லை. பெரும்பாலும் கடன்வாங்கியதற்கு வட்டியை வருஷத்திற்கு இரண்டுமுறை – வயல் அறுவடையான காலங்களில் நெல் லாகவோ பணமாகவோ கொடுத்தனர். இது குறித்து 1453, 1465 ஆவணங்களில் சான்றுகள் உள்ளன.

'பூவழி பலிசை' (வருஷத்திற்கு இரண்டு முறை) கொடுப்பதற் காகச் செய்யப்பட்ட ஒப்பந்த ஓலையான படுகலமுறி ஆவணங்கள் விரிவாக ஆராயப்பட வேண்டியவை.

கோவில் வருமானம்

கோவிலைச் சார்ந்த நிர்வாகிகள் அல்லது தேவபுத்திரர்கள் கோவில் பணத்தை வட்டிக்குக் கொடுத்தனர். அந்தப் பணம்

திரும்பிவராத நிலையில் ஈடு வைக்கப்பட்ட நிலம் கோவிலுக்கு உரிமை ஆனது.

அழகியபாண்டியபுரம் சேந்தீஸ்வரமுடைய நயினார் கோவிலில் பணிசெய்பவனிடம் வாங்கிய கடனுக்கு ஒரு நிலத்தை ஈடாகக் கொடுக்கிறான் ஒருவர். இது இறை ஒற்றி எனப்பட்டது. இவன் கடனைத் திருப்பியளிக்காத நிலையில் இந்த நிலம் கோவிலுக்கு உரிமையாகிவிடுகிறது. இது 1455ஆம் ஆண்டு ஆவணச் செய்தி. அன்றைய கோவில் பொருளாதரம் பற்றிய அபூர்வமான செய்தி இது.

5

சாதிகள் சடங்குகள்

முதலியார் ஆவணங்களில் கைக்கோளர், செட்டியார் வேளாளர்கள், காங்கேயர், சாம்பவர், பறையர், உவச்சர், பள்ளர் போன்ற சாதிகளைப் பற்றிய குறிப்புகள் வருகின்றன.

கைக்கோளர்

கைக்கோளர் என்பவர்கள் நெய்த்து தொழில் செய்தவர்கள். இவர்கள் குமாரக் கடவுளுக்குக் குந்தம் என்னும் ஆயுதத்தைப் பிடித்துச் சேவகர் ஆனவர். அதனால் செங்குந்தர் எனப் பட்டனர். முதலியார் சாதியினரில் ஒரு பிரிவினர், பிற்காலச் சோழர்காலத்தில் நாஞ்சில் நாட்டிற்கு வந்தனர்; பூர்வீகம் சோழநாடு. இவர்கள் நாஞ்சில் நாட்டில் கச்சாளர் எனப் பேச்சுவழக்கில் குறிப்பிடப்படுகின்றனர். பிற்காலச் சோழர் காலத்தில் சோழர்களின் படையில் நெற்றிப்படை வீரராய் இருந்தனர்.

கைக்கோளர் நாஞ்சில் நாட்டுக் கோவில்களில் நிர்வாகப் பொறுப்பில் இருந்ததைக் கல்வெட்டுகள் கூறுகின்றன. நாஞ்சில் நாட்டுக் கல்வெட்டுகளில் 13ஆம் நூற்றாண்டு முதலே கைக்கோளர் பற்றிய தகவல்கள் பரவலாகக் காணப்படுகின்றன.

கடுக்கரை ஸ்ரீகண்டேஸ்வரமுடைய நயினார் கோவிலின் பணிகளை ஒழிப்பெருமாள் என்ற கைக்கோளர் செய்திருக்கிறார். இக்கோவில் நிர்வாகமும் இவர் கையில் இருந்ததை 1443ஆம் ஆண்டு ஆவணம் கூறும். ஆளூர் சிவன் கோவில் நிர்வாகப் பொறுப்பில் பிள்ளையார் என்னும் கைக்கோளர் இருந்தார். இவர் ஒருவருக்குக் கடன் கொடுக்கும் அளவுக்கு வசதியானவர்.

ஓர் ஆவணம் (1461) கைக்கோளரில் படித்தவர் இருந்ததைத் தெரிவிக்கும். நாகர்கோவில் வடிவீஸ்வரம் அழகம்மன் கோவிலில்

திருவம்பலமுடையார் என்ற கைக்கோளர் பணிபுரிந்ததை 1477ஆம் ஆண்டு ஆவணம் குறிப்பிடும். 1587ஆம் ஆண்டு ஆவணம் அழகியபாண்டியபுரம் ஊர்க்கோவிலில் பறவைக்கரசு என்ற கைக்கோளர் பணியாற்றியதைக் கூறும்.

பாண்டி வேளாளர்

நாஞ்சில்நாட்டு வேளாளருக்கும் திருநெல்வேலி மாவட்ட வேளாளருக்கும் இடையே மண உறவு இருந்தது. புறத்தாய நாட்டில் உள்ள (திருநெல்வேலிப் பகுதி) மணவாளப் பிள்ளை என்ற மகிழலங்காரச் செட்டி என்பவர் நாஞ்சில் நாட்டு வேளாளருடன் மணவுறவு வைத்திருந்தார். இதனால் வேளாளர்கள் செட்டி எனவும் அழைக்கப்பட்டது தெரிகிறது. இது 1458ஆம் ஆண்டு ஆவணச்செய்தி.

ஆளூரில் வாழ்ந்த செட்டிகள் மூப்பர் எனவும் ஆளூர் முதலியார்கள் நகரத்தார் எனவும் குறிப்பிடப்பட்டனர். நகரத்தார் என்பவர் பூம்புகாரிலிருந்து குடிபெயர்ந்தவர் என்பதைக் குறிப்பிடும் சொல். தென்குமரியில் பரவலாக வாழும் ஏழூர் செட்டிகள் தங்களைப் பூம்புகாரிலிருந்து குடிபெயர்ந்தவர்கள் எனக் கூறிக்கொள்ளுகின்றனர். முதலியார், செட்டியார், வேளாளர் என்னும் சாதிகளை ஆவணங்கள் ஒரே போக்கில் குறிப்பிடுகின்றன.

காங்கேயர்

1458ஆம் ஆண்டு ஆவணம் கோவிந்த காங்கேயர் என்பவரைக் குறிப்பிடுகிறது. காங்கேயர் என்பது ஒரு சாதிப் பெயர். பெரும்பாலும் இது யாதவ சாதிக்குரிய பெயராய் இருக்கலாம். காங்கிடையர் என்ற சாதியினர் இப்போதும் தென்குமரியின் மேற்குப் பகுதியில் வாழ்கின்றனர். குமரி மாவட்டத்தில் 15ஆம் நூற்றாண்டிற்கு முன்பே குடியேறிய தெலுங்கு கவுண்டரைக் கூட காங்கேயர் என அழைத்திருக் கின்றனர்.

உவச்சர்

நாகர்கோவில் வடிவீஸ்வரம் சிவன் கோவிலில் உவச்சர் என்னும் சாதியினர் பணிபுரிந்ததை 1477ஆம் ஆண்டு முதலியார் ஆவணம் கூறும். இவர்கள் பிற்காலச் சோழர்காலத்தில் நாஞ்சில் நாட்டில் குடியேறினர். கல்வெட்டுகளில் இவர்கள் பாரிசைவர் எனப்படுகின்றனர். உவச்சர்கள் காளிகோவில் பூசையும் கோவில் சங்கேத உரிமையும் வேணாட்டு அரசர்களிடமிருந்து பெற்றிருக்கின்றனர். இதற்கு 1615 ஆவணத்தில் சான்று உண்டு (ஆர். பத்மநாபபிள்ளை 1944, ப. 63)

பள்ளர்

1601ஆம் ஆண்டு ஆவணம் தென்னாட்டுக் குறுநாட்டு வீரநாராயண சேரி பறைச்சேரியில் வாழ்ந்த பள்ளர் சாதியைச் சார்ந்த அவையத்தான், கோணத்தான் ஆகியோர் சுனைநீர் குறிச்சி காங்கேயருக்கு ஒரு நிலத்தை விலைக்குக் கொடுத்ததைக் கூறும். இந்த ஆவணத்தின்படி பள்ளர் சொந்த நிலம் உடையவராய் இருந்தனர் எனத் தெரிகிறது. இந்தச் சொத்து இவர்களுக்குப் பரம்பரையாக வருவது என்ற குறிப்பும் உள்ளது.

சாம்பவர்

1462 ஆவணம் ஒன்று சாம்பவர் சாதியைச் சார்ந்த கேசவன் என்பவனிடம் சுந்தரபாண்டியன் செட்டி என்பவன் 4 கலியுக ராமன் பணம் கடன் வாங்கிய செய்தியைக் குறிப்பிடு கிறது. இது ஒரு வழிக்கல முறி. சாம்பவர் சாதியினர் ஒருவர் செட்டிக்குக் கடன் கொடுக்கும் அளவுக்கு வசதியாக வாழ்ந்தார் என்பதற்கு இந்த ஆவணம் சான்று.

பறையர்

முதலியார் ஆவணங்களில் பறையர் சாதியினர் பற்றிய குறிப்பு வருகிறது. அடிமை ஆவணங்களில் இவர்களைப் பற்றிய செய்திகள் அதிகம் உள்ளன. பெரும்பாலும் அடிமைகளாகப் பறையர்களே விற்கப்பட்டனர். என்றாலும் இவர்களில் சிலர் நிலவுடைமையாளர்களாகவும் வாழ்ந்திருக்கின்றனர். 1484ஆம் ஆண்டு ஆவணம் ஒரு நிலத்தின் எல்லையைக் கூறும்போது பெரும்பறையன் நிலத்திற்குத் தெற்கு எனக் குறிப்பிடுகிறது. பெரும்பறையன் என்பது பெரிய நிலத்தின் உடைமையாளர் என்று குறிப்பதாக இருக்கலாம்.

பெண் சொத்துரிமை

நாஞ்சில் நாட்டு காணியாட்சைக்கு உரிமை உடைய 16 பேர்கள் தங்கள் நில உரிமை தொழில் தொடர்பாக அரசரைச் சந்திக்கச் சென்றனர். செல்வதற்குரிய செலவை 16 பங்கு வைத்தபோது ஒன்றரைப் பங்கு ஒரு பெண்ணுக்கு உரியது என்ற குறிப்பு வருகிறது. இதனால் 1694இல் பெண்ணுக்குச் சொத்துரிமை இருந்தது என்று கருதலாம். 1521ஆம் ஆண்டு ஆவணம் அம்மச்சி என்ற பெண், உழவுத்தொழில் செய்ய ஒருவரிடம் கடன் வாங்குகிறாள் எனக் குறிப்பிடுகிறது. இதற்குரிய வட்டியும் கொடுப்பதாகக் கூறுகிறாள். இதுவும் பெண்ணிற்கு இருந்த சொத்துரிமையைக் குறிப்பிடுவதாகக் கொள்ளலாம்.

சடங்குகள் பிரச்சினைகள்

நாஞ்சில்நாட்டில் குத்தகைக்காரர்களுக்கும் கோவில் நிர்வாகத்திற்கும் வருவாய் தொடர்பான பிரச்சினை மட்டுமல்ல மரபைப் பின்பற்றுவதிலும் பூசல் வந்திருக்கிறது.[12] ஒரு முறை இது குறித்து குப்பான், காலைக்குட்டி இருவரும் முதலியார்களிடம் விவாதித்திருக்கின்றனர். சுசீந்திரம் தாணுமாலயன் கோவிலில் நடந்த ஒரு சடங்கு, திட்டுவிளை, ஈசந்திமங்கலம் ஊர்களில் நடந்த ஒரு சடங்கு போன்றவற்றில் நடந்த மரபு மீறல்கள் முறையிடப்பட்டிருக்கின்றன. இது 18ஆம் நூற்றாண்டு ஆவணம். இதுபோன்ற பிரச்சினைகளை விவாதிக்க தளவாய் இராமையன், சர்வாதியக்காரர், வலிய மேலெழுத்து பிள்ளை, மழவராயன்மார் ஆகியோர் வந்ததைக் குறித்தும் பொதுவாக குடும்பச் சடங்குகள் மீறுதல்கள் குறித்தும் இக்கூட்டத்தில் விவாதிக்கப்பட்டதை 1765 ஆவணம் கூறும்.

கோவில் விழாக்களும் சடங்குகளும்

கோவில் நிலங்களைக் குத்தகை எடுத்தவர்களுக்கு பொதுவான கோவில் விழாவில் முக்கியத்துவமும் பங்கும் இருந்தன. சுசீந்திரம் சிவன் கோவில் தேர்த்திருவிழாவில் தென்மீதி மக்களும் பூதப்பாண்டி சிவன் கோவில் தேர்த்திருவிழாவில் வடமீதி மக்களும் கூடித் தங்கள் வேளாண் தொழில் குறித்து விவாதித்தனர்.

கோவில் விழாக்களில் சித்திரை விஷு அய்பசி விஷு ஆடி அயனம் தை அயனம் ஆகிய சங்கிராந்திகளில் ஒற்றைக்கலச பூசை நடந்தது. கோவில் கும்பாபிஷேகச் சடங்கில் பிராமணர்கள் அதிகமாகத் தட்சணை வாங்கினர். ஆளூர் சிவன் கோவிலின் கும்பாபிஷேகச் சடங்கைக் கல்பமங்கலத்துக் கிருட்டிண சாத வேதகர் என்பவர் நடத்தினார். கும்பாபிஷேகம் முடிந்ததும் அவருக்குத் தட்சணை கொடுப்பதில் பணத் தட்டுப்பாடு வந்தது. அதனால் கோவில் நிர்வாகிகள் தட்சணைக்குப் பதில் ஆளூரில் உள்ள ஒரு நிலத்தையே ஒற்றியாகக் கொடுத்தார்களாம்.

சில சமயம் கோவிலில் நடந்த குற்றத்திற்காக அபராதம் விதிக்கப்பட்டது. 1543ஆம் ஆண்டு ஆவணம் தாழைக்குடி ஊரைச் சேர்ந்த இரண்டு பேர்கள் உள்ளூர் கோவிலில் செய்த குற்றத்திற்காக விதிக்கப்பட்ட அபராதத்தைக் குறிப்பிடும். இந்த அபராதத்தை 3 தவணைகளாகக் கட்டுவதாக அவர்கள் கேட்டுக்கொண்டனர். இந்த அபராதம் கோவில் வருமானத்தில் கணக்கிடப்பட்டது.

படையெடுப்பும் கோவில் அழிவும்

கேரளம் கொல்லத்தில் நடந்த கோவில் கும்பாபிஷேக விழாவிற்கு நாஞ்சில்நாட்டு மக்களை அழைப்பதான ஆவணம் ஒன்று உள்ளது. இது கி.பி. 16ஆம் நூற்றாண்டினது. இந்த ஆவணத்தில் ஒரு வரலாற்றுச் செய்தி உண்டு. கடந்த 22 ஆண்டுகளாக ஏற்பட்ட படையெடுப்பால் கொல்லம் அருகே உள்ள சில கிராமங்கள் சேதப்பட்டுள்ளன. இதில் முக்கியமாக சிவன் கோவில்கள் அழிந்து கிடக்கின்றன. இவற்றின் மூலப் படிமமும் பரிவாரத் தெய்வங்களின் படிமங்களும் புதுப்பிக்கப்பட்டிருக் கின்றன என்ற செய்தி உள்ளது. இந்தப் படையெடுப்பு நாயக்கர் காலத்தில் நடந்திருக்கலாம்.

18ஆம் நூற்றாண்டு ஆவணம் ஒன்று ஆளூர் செட்டியார்கள் தங்களிடம் இருக்கும் விலைகூடிய பொருட்களைப் பத்மநாபபுரம் (கல்குளம்) அரண்மனையில் கொடுத்து வைக்கலாம். பகைவனின் படையெடுப்பின்போது அவை பாதுகாப்பாய் இருக்கும் என்று குறிப்பிடுகிறது.[13]

தெலுங்குச் செல்வாக்கு

தென் தமிழகத்தில் ஆந்திரர்களின் செல்வாக்கு நாயக்கர்களின் படையெடுப்பிற்குப்பின் பெருமளவில் ஏற்பட்டது என்று பொதுவாகக் கூறப்படும் கூற்றுக்கு மாறுபட்ட செய்திகள் முதலியார் ஓலைகளிலும், தென்குமரிக் கதைப்பாடல்களிலும் உள்ளன.[14]

1500ஆம் ஆண்டு முதலியார் ஆவணம் திருக்குறுங்குடியில் வாழும் தெலுங்குச் செட்டி ஒருவன் தனக்குச் சொந்தமான அடிமையை விற்க அழகியபாண்டியபுரம் ஊர் சந்தைக்கு வருவதாகக் குறிப்பிடுகிறது.

ஸ்ரீதனம்

தென்குமரிப் பகுதியில் திருமணத்தில் மணமகனுக்கு ஸ்ரீதனம் கொடுத்த செய்திகள் கல்வெட்டுகளில் காணப்படவில்லை. ஆனால் முதலியார் ஆவணங்கள் ஸ்ரீதனம் குறித்த செய்திகளைக் குறிப்பாகக் கூறுகின்றன. மணப்பெண்ணுக்குக் கொடுக்கப்பட்ட ஸ்ரீதனப் பொருட்கள், சொத்துகள், அடிமைகள் ஆகியவற்றை ஓலையில் பதிவுசெய்து சாட்சிக் கையெழுத்து இட்டு முதலியாரிடம் ஒப்படைத்திருக்கிறார்கள். இப்படியான செய்திகள் தாங்கிய 5 ஆவணங்கள் கிடைத்துள்ளன.

ஒருவர் தான் வாங்கிய கடனை அடைக்க முடியவில்லை என்பதால் ஸ்ரீதனமாகத் தான் பெற்ற சொத்துகளை எடுத்துக்

கொள்ளலாம் என்று வாக்களித்த நிகழ்வை 2 ஆவணங்கள் குறிப்பிடுகின்றன. (கி.பி. 1443, 1451) கி.பி. 1446ஆம் ஆண்டு ஆவணங்கள் நான் அனுபவித்து வரும் ஸ்ரீதனமாகப் பெற்ற நிலம் என்ற அடைமொழியுடன் ஆரம்பிக்கிறது.

ஓர் ஆவணம் ஒருவர் ஸ்ரீதனமாகக் கொடுத்தவற்றைப் பட்டியல் போட்டுக் காட்டுகிறது. புறத்தாய நாட்டு அன்ன நல்லூர் (இன்றைய திருநெல்வேலிப் பகுதி) வளாகத்தில் சோமாண்டான் என்பவன் தன் தங்கையை நாஞ்சி நாட்டு அழகியபாண்டியபுரத்து மணவாளப் பிள்ளை என்ற மகிழலங்காரச் செட்டிக்கு மணமுடித்துவைத்தான் (1458). அப்போது அவளுக்குக் கொடுத்த ஸ்ரீதனங்கள் வருமாறு:

a) ஸ்ரீதனம் கொடுப்பவர் பல காலமாக ஆண்டு அனுபவித்து வரும் வயல். இது புதுக்குளம் மடையின் அருகே உள்ளது.

b) குருபரமுடையோமாய் அனுபவித்து வரும் அடிமைகள். பறையர் ஆண்; பறையர் பெண் பெயர் சாலி; வீட்டு உள் வேலைக்கு வெள்ளாட்டி உமையாண்டி மகள் பிச்சி ஆகியோர்.

c) கன்றுகாலிகள்.

d) அழகியபாண்டியபுரம் தெற்குத் தெருவில் உள்ள கோவிந்த காங்கேயர் குடியிருக்கும் வீடு; அதை அடுத்த மனை.

இந்த ஆவணம் 1458இல் எழுதப்பட்டது.

ஆண்டு குறிப்பிடப்படாத ஆவணம் ஒன்று திருக்குறுங் குடியான் என்பவன் தன் மகளின் திருமணத்திற்குக் கொடுத்த ஸ்ரீதனத்தைப் பட்டியல் இடுகிறது:

a) முப்பது கழஞ்சு பொன் (சுமார் 96 கிராம்)

b) செப்புப் பாத்திரங்கள்

c) வெள்ளி இருபது களஞ்சு (சுமார் 64 கிராம்)

d) வயல் 12 தடி 20 தளி (சுமார் 20 ஏக்கர்)

e) பறையர் சாதி அடிமைகளான பரமன், அய்யப்பன் ஆகியோரும் அவர்களின் மக்களும்.

இந்த ஆவணங்கள் கூறும் செய்திகள் ஸ்ரீதன முறை அரசு அங்கீகரிக்கப்பட்ட ஒன்று என்பதையும், அவை பதிவு செய்யப்பட வேண்டும் எனக் கட்டாயம் இருந்ததையும் உணர்த்துகின்றன. ஸ்ரீதனப் பொருட்கள் தங்க அணிகள் 10 முதல் 12 சவரனே இருந்தன என்பது முக்கியமான செய்தி. 20 ஏக்கர்

நிலம், அடிமைகள், பாத்திரங்கள், வீடு என ஸ்ரீதனம் கொடுப்பவர் பொன் அணிகளைக் குறைவாகவே கொடுத்திருக்கிறார்.

6

தேவபுத்திரர்களும் தேவதாசிகளும்

கன்னியாகுமரி மாவட்டக் கல்வெட்டுகளிலும் கோவில் படித்தரங்களிலும் தேவர் அடியார்களைப் பற்றிய செய்திகள் வருகின்றன. பிற்காலச் சோழர் காலத்தில் தென்குமரிக் கோவில் களில் புகுந்த இந்த வழக்கம் திருவிதாங்கூர் அரசியான சேது லட்சுமிபாய் காலத்தில் (1930) ஒழிக்கப்பட்டது.

கல்வெட்டில்

கன்னியாகுமரி மாவட்டத்தில் காணப்படும் கல்வெட்டு களில் தேவதாசிகள் அல்லது தேவரடியார்கள் பற்றிய செய்திகள் பரவலாக வருகின்றன. 13ஆம் நூற்றாண்டில் தேவரடியார்கள் கோவில்களுக்கு நிபந்தம் கொடுத்திருக்கின்றனர். சுசீந்திரம் கோவில் ஆவணம் ஒன்று இவர்களில் சிலர் அஷ்டபதி ஓதினர் எனக் கூறும். அண்மையில் கண்டுபிடிக்கப்பட்ட பத்மநாபபுரம் ஊர்க் கல்வெட்டு ஒன்று தேவபுத்திரர் என்னும் சொல்லைக் குறிக்கிறது. இச்சொல் தேவரடியார் வீட்டு ஆண்களைக் குறிப்பது. தேவதாசி முறை ஒழிக்கப்பட்ட பின்பு (1930) அக்குலத்து ஆண்கள் கோவில் பணிக்குச் சிபாரிசு செய்யப் பட்டனர்.

வசதியான தேவபுத்திரர்

முதலியார் ஆவணங்களில் தேவரடியார், தேவபுத்திரர் இருவரும் குறிக்கப்படுகின்றனர். ஆளூர் சோழபாண்டியபுரத்து ஊரில் வாழும் அழகியான் நகரீஸ்வரமுடையானும் பாடகப் பிள்ளை என்பவனும் இதே ஊரில் உள்ள நயினார் சோழபாண்டீஸ்வரமுடையார் கோவிலில் பணியாற்றும் தேவபுத்திரரின் ஒருவனான கேசவன் என்பவனுக்கு ஒரு வயலையும் தோப்பையும் விலைக்குக் கொடுத்திருக்கிறார்கள். தேவபுத்திரனான கேசவன் இந்த வயலையும் தோப்பையும் தனியாக வாங்கும் அளவுக்கு வசதியுடன் இருந்திருக்கிறான் என்பது இந்த ஆவணம் தெரிவிக்கும் செய்தி. இது 1447இல் எழுதப்பட்டது. தேவதாசி ஒழிப்பிற்குப் பல ஆண்டுகளுக்கு முன்பே தேவரடியார் குல ஆண்கள் கோவிலில் பணிபுரிந் திருக்கின்றனர் என்பதற்கு இந்த ஆவணம் சான்று.

*1466*ஆம் ஆண்டு ஆவணம் ஆளூர் ஊரில் உள்ள சிவன் கோவிலில் பணிபுரிந்த குமரன் என்னும் தேவபுத்திரனைக் குறிப்பிடுகிறது. இவன் திருக்குறுங்குடிச் செல்வன் என்பவனுக்குக் 'கடன் கொடுத்திருக்கிறான்' இந்தக் குமரன் எழுதப்படிக்கத் தெரியாதவன். அதனால் கோவிலில் குற்றேவல் செய்திருக்கலாம். என்றாலும் இவன் கடன் கொடுக்குமளவிற்கு வசதியாக இருந்திருக்கிறான்.

*1521*ஆம் ஆண்டு ஆவணம் ஆளூர் கோவிலில் பணிபுரிந்த தேவபுத்திரரில் ஒருவன் இதே ஊரில் ஒருவனிடம் கடன் வாங்கியதையும் இதற்கு வட்டி கொடுத்ததையும் குறிப்பிடும். இந்தப் பணம் தேவபுத்திரனுக்குரியதா கோவிலுக்குரியதா என்பது தெரியவில்லை.

வேளாளருடன் . . .

நாகர்கோவில் வடிவீஸ்வரம் சிவன் கோவிலில் உமையம்மா என்னும் தேவதாசி பணிபுரிந்தாள். இவளுடைய தந்தை சங்கரப் பிள்ளை ஆவார். இதனால் தேவதாசிகள் பதியிலார் என்ற நிலையில் வாழவில்லை என்பதும் இவளுக்குத் தந்தை, தாய், கணவன் ஆகியோர் இருந்ததும் தெரிகிறது. அதோடு நாஞ்சில் நாட்டுத் தேவதாசிகள் வேளாள சாதியுடன் மண உறவு வைத்துக்கொண்டார்கள் என்றும் தெரிகிறது. இது 1477ஆம் ஆண்டு ஆவணச் செய்தி. தென் குமரிக் கல்வெட்டுகளில் தேவதாசிகள் வேளாளர் குறித்த அபூர்வச் செய்திகள் இல்லை.

1499 ஆண்டு ஆவணம் ஒரு கோவிலுக்கு, தேவதாசி ஒருத்தி நிபந்தம் கொடுத்ததைக் கூறும். கல்வெட்டுச் செய்தி இதற்கு ஒத்துப்போகிறது.

7

அடிமை முறை

"பிறவியிலேயே அடிமையாக யாரும் பிறக்கவில்லை; அவர்கள் அடிமையாக ஆக்கப்படுகிறார்கள்; உலகளாவி இருந்த கொடுமை யான வழக்கம் இது" அடிமை பற்றி ஆராய்ந்தவர்கள் முன்வைக் கும் பொதுவான வாசகம் இது.

கிரேக்கம்

பிளாட்டோ, அரிஸ்டாட்டில் போன்ற கிரேக்கத்து அறிஞர்கள் அடிமை பற்றிய கருத்தை வெளிப்படையாகவே கூறியுள்ளனர். அரிஸ்டாட்டில் "அடிமை முறை தேவை; அது இயல்பான

வழக்கம்; ஆனால் அடிமைகளையும் அவர்களைப் பராமரிப்ப தும் முக்கியம்" என்பார். அரிஸ்டாட்டிலின் கருத்தும் சிந்தனை யும் உலகளாவியது. இது தமிழ்நாட்டுக்கும் பொருந்தும். (ஆ. சிவசுப்பிரமணியம் 2003, ப. 72)

ஏதன்சில் 80,000 அடிமைகள் இருந்தனர். இவர்கள் அரசுக்கு உரிமையானவர்கள்; தனிப்பட்டவர்களுக்கு உரிமை யானவர்கள் என்னும் இரண்டு வகையினராய் இருந்தனர். அரசுக்கு உரிமையான அடிமைகள் தீவிர தேசப்பற்று உடையவ ராக இருந்தனர். இவர்களில் நாட்டுக்காகப் போர் செய்தவர் களின் எண்ணிக்கை அதிகம். பிற அடிமைகள் எல்லாத் தொழில் களையும் செய்தனர். ஐரோப்பாவில் வணிகத் தொழிலுக்காக அடிமைகள் பயன்படுத்தப்பட்டனர் என்பது பொதுவான செய்தி.

இந்தியா

இந்திய அடிமைகளைப் பற்றிய செய்திகள் பிராந்திய அளவில் விரிவாக ஆராயப்பட்டுள்ளன. இங்கே அடிமை உருவாக்கத்திற்கு ஜாதி ஒரு காரணமாக இருந்தது என்பதை ஆராய்ச்சியாளர்கள் கூறுகின்றனர். விருந்தினர்களின் பாதங்களைக் கழுவுதல் அவர்களின் செருப்பை அகற்றுதல், எச்சில் இலை அகற்றல், மலம் எடுத்தல் போன்றவற்றை அடிமைகளே செய்தனர்.

இந்தியாவில் அடிமைகளுக்கு எதிராக முதலில் குரல் கொடுத்தவர்கள் புத்த சமயிகள்தாம். மனித இனத்தை ஒன்றாகக் கருதி சாதியற்ற சமூகத்தை உருவாக்கும் அவர்களின் கோட்பாடு ஒருவகையில் அடிமைமுறைக்கு எதிராக இருந்தது. இதன் பிறகு அடிமைக்கு எதிரான முறைப்படி எதிர்ப்புக் குரல் 19ஆம் நூற்றாண்டில்தான் எழுந்தது.

போர்ச்சுக்கீசியர் இந்திய அடிமைகளை இந்திய முதலாளிகள் நடத்தியதைவிட மோசமாக நடத்தினர். கிழக் கிந்தியக் கம்பெனி காலத்தில் கல்கத்தாவில் அடிமைச் சந்தை சிறப்பாகச் செயல்பட்டது. சட்டரீதியாக அங்கீகாரம் பெற்ற அடிமை முறையைப் பாதுகாப்பதில் கிழக்கிந்தியக் கம்பெனி அதிகாரிகள் முனைப்புடன் நின்றனர். 1800இல் பள்ளர், பறையர் குல அடிமைகள் அந்த மாவட்டத்திலிருந்து வெளியேறி வேறு நிலவுடைமையாளர்களிடம் பணிபுரிவதைத் தஞ்சை மாவட்ட ஆட்சியர் தடுத்திருக்கிறார். (ஆ. சிவசுப்பிரமணியம் 2005, ப. 73)

தமிழகம்

தமிழகத்தின் அடிமை முறை பற்றி பேராசிரியர் ஆ. சிவசுப்பிரமணியம் விரிவாக ஆராய்ந்திருக்கிறார்.

அ.கா. பெருமாள்

பொதுவாகத் தமிழகத்திலும் வேளாண்தொழில், கன்றுகாலி மேய்ப்பு, வேட்டையாட உதவி செய்தல், சுமை தூக்குதல் போன்றவற்றுக்கு அடிமைகளைப் பயன்படுத்தினர்.

கிறிஸ்துவர்களின் அடிமை

அடிமை ஒழிப்பிற்கு மிஷனரிகள் முயற்சி செய்தார்கள் என்பது ஒருபுறம் இருந்தாலும் கிழக்கிந்தியக் கம்பெனி கிறிஸ்துவ அதிகாரிகளும் அடிமைகளை வைத்திருந்தனர். கிறிஸ்துவப் பாதிரியார்களும் அடிமைகளை விலைக்கும் குத்தகைக்கும் எடுத்த செய்திகள் உண்டு.

எர்ணாகுளம் மலந்துருத்தி சர்ச்சில் கிடைத்த ஓர் ஆவணம் அடிமை பற்றிக் கூறும். சாக்கோ என்பவர் கொச்சு என்ற ஒரு பெண் அடிமையை எர்ணாகுளம் சர்ச்சுக்கு ஈடாக வைத்திருக்கிறார். சாக்கோ உச்சப்பு என்பவர் தன் காளையை 5 பறை – நெல்லுக்குப் பணயம் வைத்த செய்தியும் இந்த ஆவணத்தில் உள்ளது. பெண் அடிமையையும் காளையையும் பணயம் வைத்த செய்திகளடங்கிய வாசகங்கள் ஒரே மாதிரியான மொழிநடையில் உள்ளன.

ஜேம்ஸ் என்பவர் அஞ்சங்கோவிலில் 2 அடிமைகளை வாங்கியிருக்கிறார். இந்த அடிமைகளின் விலை சகாயமாக இருந்ததால் கிறிஸ்துவப் பாதிரிகள் ஆரம்பகாலத்தில் அடிமைகளையே மதம் மாற்றினர். பொன்னேரி மணலிக்காடு சர்ச் அருகே ஒரு பள்ளி இருந்தது. அதில் அடிமைச் சிறுவர்கள் சிலர் மாணவர்களாக இருந்தனர். அடிமை ஆண் சிறுவனுக்கு ஒரு பணமும் பெண்ணுக்கு அரைப் பணமும் கொடுத்தனர். *(C.M. Augur 1903, p . 392)*

கேரளம்

கேரள அடிமை முறை பற்றி ஆராய்ந்த அடூர் ராமச்சந்திரன். கே.கே. குஸுமன் ஆகிய இருவரும் ஏற்கெனவே அடிமை பற்றிப் பேசப்பட்ட கருத்துக்கு மாறுபட்டு, பெரும்பாலும் அடிமை முறை பிறப்பால் தீர்மானிக்கப்பட்டது என்கின்றனர். கேரள சாதிகளின் பின்புலத்தையும் அவர்களில் ஒடுக்கப்பட்டவர்களுக்கு இருந்த சமூகப் புறந்தள்ளலும் இதற்குக் காரணம் எனக் குறிப்பிடுகின்றனர்.

தென்குமரியில் அடிமை முறை பற்றித் தீவிரமாய் இருந்ததற்கும் அடிமை முறை அங்கீகரிக்கப்பட்ட ஒன்றாய் இருந்ததற்கும் கேரளத்தின் சாதியமைப்பும் ஒரு காரணம்.

கேரளத்தில் புலையர், பறையர், வேட்டாறன் என்பவர்களே பெருமளவில் அடிமையாக இருந்தனர்.[15] ஒடுக்கப்பட்ட சாதி களுக்குக் கொடுக்கப்பட்ட சில உரிமைகள் விதிவிலக்காய் இருந்தன.[16] இதைச் சமூக, ராஜிய பங்களிப்புக்கு விதிவிலக்கு என்றும் கருதலாம்.

இபின் பதூதா என்ற பயணி கேரளத்தில் பயணம் செய்த போது, பெரும் செல்வந்தர்கள் துலா (பல்லக்கு/ மேனா) என்னும் சிறிய பெட்டியில் அமர்ந்திருக்க அவர்களைத் தூக்கிச் சென்ற அடிமைகளைப் பற்றிக் குறிப்பிடுகிறார். அப்படியானால் புலையர் அடிமை உயர்சாதிக்காரனை விட்டுத் தொலைவில் போக வேண்டும் என்று இருந்த வழக்கம் பிற்காலத்தில் ஏற்பட்டதா? இது ஒரு புதிர்.

திருவிதாங்கூரில் . . .

திருவிதாங்கூரில் அடிமைத்தனம் என்பதைக் கிழக்கிந்தியக் கம்பெனி ஆட்சியின் கீழிருந்த தமிழ்நாட்டுச் சமூக நிலையுடன் ஒப்பிட முடியாது. 1800க்குப் பின் பிரிட்டீஷ் ரெசிடென்ற் ஒருவர் நிரந்தரமாகவே திருவிதாங்கூர் நிர்வாகத்தில் தலையிட ஆரம்பித்தபின் நிலைமை மாறியிருக்கிறது. இந்தப் பின்னணி யுடன்தான் இங்குள்ள அடிமைமுறையைப் பார்க்க வேண்டும்.

திருவிதாங்கூர் என்ற ராஜ்யத்தை உருவாக்கிய அனுஷம் திருநாள் மார்த்தாண்டவர்மா (1728–1759) உள்நாட்டுக் கலகம் முடிந்தபின் பத்மநாபதாசர் ஆகிவிட்டார். அதனால் நாட்டு மக்களும் ஏதோ ஒருமுறையில் கோவில் நிர்வாகத்துக்கு அடிமை ஆயினர். கோவில் நிலங்களை மேற்பார்வையிட்ட குத்தகைக் காரர்கள், கோவில் ஆகமங்களைக் கவனித்த மலையாள, தமிழ் பிராமணர்கள் ஆகியோரை அனுசரித்தே அரசர் போக வேண்டிய நிலை. இதனால் சமூகத்தின் ஒடுக்கப்பட்ட மக்களைப் பற்றிய விசாரம் அரசுக்குரியதாக இருக்கவில்லை.[17]

அடிமைகள் எண்ணிக்கை

திருவிதாங்கூரில் அடிமைகளை விலைக்கோ குத்தகையாகவோ வாங்கும்போதோ சீதனமாகக் கொடுக்கும்போதோ ஓலை களில் பதிவுசெய்ய வேண்டும் என்ற கட்டாயம் இருந்தது. அரசு அடிமைகள்கூடப் பதிவுசெய்யப்பட்டனர். திருவிதாங்கூரில் 1833இல் அரசு அடிமைகளையும் சேர்த்து 1,64,864 அடிமைகள் இருந்தனர். (K.L. Gushmam, p. 45). 1836இல் அடிமைகளின் தொகை விவரம்

பறையர்	38, 625
புலையர்	90, 585
பள்ளர்	3, 730
பிறர்	31, 891
மொத்தம்	1,64,831

இதே காலகட்டத்தில் திருவிதாங்கூரில் மக்கள் தொகை 12,80,668 ஆகும். *(அடிமைகள் மக்கள் தொகையில் 13%)*

அடிமைத் திருமணம்

திருவிதாங்கூர் அடிமைகளின் திருமணம், குடும்பச் செயல்பாடு குறித்த செய்திகள் சில ஆவணங்களில் உள்ளன. அடிமைக்குத் திருமணம் செய்துவைக்கும் பொறுப்பு அடிமையின் முதலாளிக்கு உரியது. ஓர் ஆவணம் இச்செலவைப் பின்வருமாறு கூறும்

மணப்பெண் அடிமையின் முதலாளி	7 பணம்
மணப்பெண்ணின் பெற்றோர்	5 பணம்
மணமகள் ஆடை	2.5 பணம்
சாப்பாடு	10 பணம்
மொத்தம்	24.5 பணம்

8

நாஞ்சில் நாட்டில் அடிமை முறை

நாஞ்சில் நாட்டில் எற்கெனவே கிடைத்த 12 அடிமை ஆவணங் களுடன் இந்நூலில் உள்ள 7 ஆவணங்களையும் சேர்த்து 19 அடிமை ஆவணங்கள் கிடைத்துள்ளன. இவற்றின் அடிப்படை யில் நாஞ்சில் நாட்டு அடிமை தொடர்பான செய்திகளை ஓரளவு வரையறை செய்யலாம். இந்த ஆவணங்கள் மட்டுமன்றி வேறு ஆவணங்களிலும் அடிமை தொடர்பான செய்திகள் உள்ளன.

நாஞ்சில் நாட்டு அடிமை முறை குறித்த செய்திகளைப் பார்க்குமுன் இங்கிருந்த பொதுவான அடிமைத்தன உணர்வு பற்றி அறிந்துகொள்ள வேண்டியிருக்கிறது. ஒடுக்கப்பட்ட மக்கள் மட்டுமல்ல; வேறுசாதியினரும் அடிமைகளைப் போல் குறிப்பிட்ட செயல்களைச் செய்வதற்காகக் கட்டாயப் படுத்தப்பட்டனர் என்பதற்குச் சான்றுகளுண்டு. இதையும் அடிமை முறையாகவே கணக்கில் எடுக்க வேண்டும்.

19ஆம் நூற்றாண்டு முதலியார் ஆவணம் ஒன்று, வடமீதி (தோவாளை வட்டம்) வேளாளர்கள் பூதப்பாண்டி ஊர் பூதலிங்க சுவாமிகோவில் தேர்த்திருவிழாவிற்குத் தேர் அச்சும் சக்கரமும் செப்பனிட வேண்டும். இதைக் கோவில் ஸ்ரீகாரியம் கவனிக்க வேண்டும். மேலும் இதே கோவில் தெப்பத்திருவிழாவிற்குத் தெப்பம் கட்டுவதற்குத் தேவையான ஈறலைப் பூதப்பாண்டியை அடுத்த சேரியில் வாழும் பறையர்கள் கொண்டுவர வேண்டும் என்று உத்திரவிடப்பட்டதைக் கூறுகிறது. இந்த ஆவணத்தில் 'பறைச்சேரி கரை ஒற்றி' என்னும் சொல் வருகிறது. (அ.கா. பெருமாள், 2006, ப. 157) இது அவர்களைக் கட்டாயப் படுத்திச் செய்ய வேண்டும் என்பதைக் குறிக்கும் சொல்லாகும்.

இதனால் கோவில் விழாவில் தேரைச் செப்பனிட வேளாளரும் தெப்பம் கட்ட பறையரும் உதவ வேண்டும்; இது கட்டாயமானது; இதற்குச் சம்பளமும் கிடையாது. இச்செயல் 'ஊழியம்' என்றும் குறிக்கப்பட்டது.

மலையாள ஆண்டு 973, ஆனி 8ஆம் தேதி ஆவணம் ஒன்று (கி.பி. 1798) நாஞ்சிநாட்டு சுசீந்திரம் தாணுமாலயன் கோவில் ஸ்ரீபலி கட்டுமானப் பணி பற்றிக் கூறுகிறது. இப்பணியில் செப்பம் செய்யப்பட்ட கல்லைக் கோவிலினுள்ளே கொண்டுசெல்வதற்கு நாஞ்சி நாட்டுப் பன்னிரண்டு பிடாகைகளிலிருந்தும் ஆட்களைத் திரட்ட வேண்டும் என அம்பலக்காரருக்கு உத்தரவு இடப்பட்ட செய்தியை இந்த ஆவணம் கூறும். அம்பலக்காரர் இந்தப் பணியைச் சரிவரச் செய்யவில்லை என்றால் அவருக்கு அபராதம் விதிக்கலாம். கல் பணிக்கு வராதவர்களைக் குனிய வைத்து முதுகில் கல் ஏற்றித் தண்டனை கொடுக்கலாம் என இந்த ஆவணம் கூறுகிறது.[18]

கோவிலின் உள்ளே அனுமதிக்கப்பட்ட சாதியினரை மட்டுமே இந்த வேலைக்கு ஆள் திரட்ட உத்திரவிடப்பட்டுள்ளது. இந்த ஆட்கள் அடிமைகள் அல்லர்; இவர்கள் ஒடுக்கப்பட்டவரும் அல்லர். ஆனால் இவர்களிடம் அரசு கட்டாயமாக வேலை வாங்கியது. ஒருவகையில் இது அடிமை வேலை.

திருவிதாங்கூர் அரசர்களின் பிறந்தநாள், ஓணவிழா, சிவன் கோவில்களில் கிரிதாரைச் சடங்கு போன்ற விஷேசங்களில் தயிர், காய்கறி போன்றவற்றைக் கொண்டுபோக வேண்டிய பொறுப்பு நாஞ்சில் நாட்டு வேளாளருக்கு இருந்தது. "இது எங்களுக்கு வருத்தத்தைத் தருகிறது" என்று வேளாளர்கள் அரசருக்கு விண்ணப்பம் செய்தபோது அரசர் "இந்த வழக்கம் குலசேகரப்பெருமான் காலத்திலிருந்தே வருகிறது. வழக்கமாகக் கொண்டுவரும் பொருட்களை மட்டும் கொண்டுவந்தால் போதும்" என ஆணையிட்டிருக்கிறார்.

கர்னல் மன்றோ 1818இல் அழகியபாண்டியபுரம் முதலியார் களின் நிர்வாக முறையை அகற்றிவிட்டு வேளாளர்களின் நாட்டுக் கூட்டச் சின்னங்களைச் சிதைத்த பின்பும் *(Kerala Society Papers, Vol. I. Ser.7, Trivandrum 1926, p. 22).* கோவில் பொருட்களைச் சுமடு எடுப்பதிலிருந்து வேளாளருக்கு விதிவிலக்களிக்கவில்லை. 1828லும் இது நடந்திருக்கிறது. அப்போது அடிமை முறை ஒழிக்கப்படவில்லை. (அ.கா. பெருமாள், 2006, *pp.* 87, 114, 153)

அடிமையாக்கக் காரணங்கள்

கேரள அடிமைகளைப் பற்றி ஆராய்ந்த அடூர் ராமச்சந்திரனும் கே.கே. குஷ்மனும் கேரளத்தில் அடிமைகள் உருவானதற்குச் சில காரணங்களைக் கூறுகின்றனர். போரில் சிறைப்பிடிக்கப் பட்டவர்கள், சோரம்போன உயர்வர்க்கப் பெண்கள், ஒடுக்கப் பட்டவர்களுடன் உறவுகொண்டபோது, கண்டுபிடிக்கப்பட்ட பெண்கள் போன்றவர்கள் அடிமை களாக்கப்பட்டனர். சில சமூகக் காரணங்களும் உண்டு. இவர்கள் சாதிப்பிரஷ்டம் செய்யப்பட்டபோது அடிமைகளாயினர். *(K.K. Kusuman, p. 28;)*

வெள்ளாட்டி

நாஞ்சில் நாட்டில் கிடைத்த 19 ஆவணங்களின்படி பறையர் மட்டுமல்ல; சாதிப்பிரஷ்டம் செய்யப்பட்ட பிற சாதியினரும் அடிமையாக இருந்தனர் என்று ஊகிக்க முடிகிறது. இந்த ஆவணங்களில் வெள்ளாட்டி எனக் குறிப்பிடப்படுவது வீட்டு உள் வேலைகளைச் செய்த அடிமை எனக் கருதலாம்.

வெள்ளாட்டி என்பதற்குத் தமிழ் லெக்சிகன் *(vol. 6, p. 3702)* பணிப்பெண், அடிமை எனக் கூறும். பிற அடிமைகளுக்கும் பணிப்பெண் என்ற அர்த்தம் கொடுக்கப்படவில்லை. கல்வெட்டு களில் வீட்டுவேலை செய்யும் பெண் என்றே குறிப்பிடப் படுகிறது. நாஞ்சில் நாட்டு அடிமை ஆவணங்களில் பறையர் அடிமையும் வெள்ளாட்டி அடிமையும் தனித்தனியே பிரித்துக் காட்டியே குறிப்பிடப்படுகின்றனர். உயர்சாதிப் பெண் அடிமை யாக்கப்பட்டதற்குச் சில காரணங்களை கே.கே. குஷ்மன் முன்வைக்கிறார் (ப. 28) நாஞ்சில் நாட்டு ஆவணங்களின் செய்திகளும் இங்குள்ள வாய்மொழித் தகவல்களும் ஒப்பாரிப் பாடல்களும் குஷ்மம் கூறும் கருத்துக்கு ஒத்துப்போகின்றன.

உயர் சாதிப்பெண் ஒடுக்கப்பட்டவர்களுடன் உடலுறவு கொள்ளும்போது கண்டுபிடிக்கப்பட்டால் அடிமை ஆக்கப் படுவாள். பெரும்பாலும் திருமணம் ஆனவரே இப்படி ஆயினர்.

பிராமணப் பெண் சூத்திரர்களுடன் உறவுகொள்ளுவது கண்டுபிடிக்கப்பட்டால் அவள் அரச வம்சத்து அடிமை ஆயினர்.[18] உயர்வர்க்க பெண் குற்றவாளிகளும் அடிமை ஆக்கப் பட்டனர்.[20] கொடுக்க முடியாத கடனுக்காகவும் அடிமை ஆயினர்.

1458ஆம் ஆண்டு ஆவணம் உமையாண்டி மகன் பிச்சி என்னும் வெள்ளாட்டி அடிமை பற்றிக் கூறும். ஒருவர் தன் மகளுக்கு வீட்டு உள்வேலைக்கு ஓர் அடிமையை ஸ்ரீதனமாகக் கொடுக்கிறார். 1500ஆம் ஆண்டு ஆவணம் திருநெல்வேலி மாவட்டத் தெலுங்குச் செட்டி ஒருவர் நாஞ்சில் நாட்டு அழகிய பாண்டியபுரம் ஊர்ச்சந்தையில் வெள்ளாட்டி அடிமையை விற்க வந்ததைக் கூறும். பிறமொழி பேசிய செட்டி சாதியினர் கூட உயர்சாதி அடிமைகளை உள்வேலைக்கு வைத்திருந்தது தெரிகிறது.

கடன் வறுமை . . .

வெள்ளாட்டி அல்லாத அடிமைகள் உருவானதற்கான காரணங்கள் சில நாஞ்சில் நாட்டு அடிமை ஓலைகளில் உள்ளன. 1459ஆம் ஆண்டு ஆவணம் ஒன்றில் "வறுமை காரணமாக நாங்களே எங்களை விற்றுக்கொண்டோம் என ஒரு அடிமை கூறுவதாக வருகிறது. இந்த ஓலையின் வழி ஒரு விஷயத்தை ஊகிக்க முடிகிறது. இந்த அடிமை ஒரு நிலச்சுவாந்தாரிடம் பண்ணையாளாக இருந்திருக்கிறான். அவர் இந்த அடிமையைச் சரியாகக் கவனிக்கவில்லை. அவன் பட்டினியால் தவித்திருக்கிறான். அதனால் வேறு ஒரு நிலச்சுவாந்தாரிடம் இவன் அடிமை ஆயினான்.[21]

ஒருவரிடம் வாங்கிய கடனையும் வட்டியையும் திருப்பிக் கொடுக்க முடியாததால் தன்னையும் தன் மகளையும் குத்தகைக்கு ஒருவரிடம் கொடுக்கிறான். பின் நிரந்தர அடிமையாகிறான். இது 1472ஆம் ஆண்டு ஆவணம்.[22] இந்த ஆவணத்தில் கன்றுகாலி மேய்ப்போன் எனத் தன் வேலையையும் குறிப்பிடுகிறான்.

ஒரு முதலாளி தனக்கு ஏற்பட்ட பணமுடை காரணமாகத் தன் வீட்டு உள் வேலையைச் செய்து வந்த வெள்ளாட்டியைச் சந்தையில் விலைக்குக் கொடுக்கிறார். இதுபோன்ற செய்திகள் 1773, 1711, 1827, 1832, 1798ஆம் ஆண்டுகளில் உள்ள ஆவணங்களில் உள்ளன. (அ.கா. பெருமாள் 2006, ப. 163, 164, 165)

1505ஆம் ஆண்டு ஆவணம் வித்தியாசமானது. ஆளூர் ஆண்டுகொண்ட முதலியார் என்பவரிடமிருந்து 15 மரக்கால்

நெல், கலியுகராமன் பணம் 1 ஆகியவற்றையும் கல்குளம் வட்டம் தோட்டியோடு ஊர் ஓரஞ்சேரியில் கிடக்கும் (வாழ்கின்ற) பறையர் சாதியைச் சார்ந்த அவையத்தான் என்னும் அடிமையையும் கடனாகப் பெற்றது குறித்த செய்தி இந்த ஆவணத்தில் உள்ளது. இவன் வாங்கிய கடனுக்கு 2 விழுக்காடு வட்டியை ஒவ்வொரு பூவிலும் நெல்லாகக் கொடுப்பதாக வாக்களிக்கிறான்.

இந்த ஆவணம் கூறும் முக்கியமான செய்தி நெல் 1 பணம் போல் அடிமையையும் கடனாகக் கொடுப்பதும் அதற்கு வட்டி பெறுவதும் வழக்கில் இருந்தது என்பதுதான். இப்படியாகக் கடன் கொடுக்கப்படும் அடிமைக்கு ஒரு விலையை நிர்ணயித்து அதற்குப் பலிசை பெற்றனர் என்றும் தெரிகிறது. இது அபூர்வமான ஆவணம்.

அடிமைச் சொற்கள்

நாஞ்சில் நாட்டு அடிமை ஆவணங்களில் பறையர் அடிமைகளைக் குறிப்பதற்குரிய சொற்களும் அவர்கள் வாழ்கின்ற இடத்தைக் குறிப்பதற்குரிய சொற்களும் அடிமைமுறையின் கொடுமையான வழக்கத்தைத் தெளிவாக இனம் காட்டுகின்றன. அவை வருமாறு:

1431 – வெள்ளான் பிள்ளை வளத்தி மகள் அலைவாச்சி; நல்லிமகன் நாகன் பிறவி நாத்தி மகன் பிறவி பெருமி.

1457 – வெள்ளாட்டி உமையாண்டி மகள் பிச்சி.

1459 – அலையன், சோழ கேரளச் சாம்பான் மகன் அவையன், தடியன், நல்லி.

1472 – பறைச்சி அணுயத்தி ஆதி.

1500 – இளையான்.

1503 – பறையன் அவையத்தான்.

1711 – பொற்கலை மகள் நல்லதாய் வெள்ளாட்டி நாகர் மகள் நல்லதம்பி.

1730 – வெள்ளாட்டி காந்திமதி.

1798 – கருத்தி, சிவனி, புரசு திருமாடன்.

1827 – பறைச்சி இசக்கி, பரசு மாடத்தி முலை உண்ணி, மாராச்சி, புரசுகாளி ஆண் புருசு, சின்னகானி.

ஆண்டு இல்லாத ஆவணம்.

ஆயிமகள் நல்லி, ஆனா மகன் மனாவன்.

கன்னியாகுமரிக் கல்வெட்டில் இல்லை

இந்த ஆவணங்கள் எழுதப்பட்ட காலகட்டத்துக் கல்வெட்டுக் களில் இந்தப் பெயர்கள் காணப்படவில்லை. தடியன், ஆதி, நாத்தி, பொருமி என்பவை பொதுவாக அறியப்படாதவை. இசக்கி ஒரு பெண் தெய்வத்தின் பெயர் *(1827)* இது வேறு ஆவணங்களில் இல்லை.

வெள்ளாட்டி ஆவணங்களில் வரும் பெயர்களில் காந்திமதி, பொற்கலை, அலைவாச்சி என்னும் பெண்பால் பெயர்களும் நல்லதம்பி போன்ற பெயர்களும் உள்ளன. இவை இலக்கியச் சார்புப் பெயர்கள். காந்திமதி என்ற பெயர் *1730*ஆம் ஆண்டு ஆவணத்தில் வருகிறது.

அடிமை ஆவணப் பெயர்

அடிமை ஆவணங்களின் பெயர்கள்கூடச் சில ஓலைகளில் குறிப்பிடப்படுகின்றன. ஏறுமுறி *(1380)* பறையடிமைக் கணக்குவழி *(1416)* அடிமை விலை *(1459)* அடிமை விலைப் பிரமாணம் *(1469)* பறை ஒற்றி ஓலை *(1472)* வெள்ளாட்டி ஓலைக்கரணம் *(1730)* என்பன. இந்த ஆவணங்களில் வெள்ளாட்டி ஓலை மட்டும் தனியே பிரித்துக் காட்டப்படுகிறது. பெரும்பாலும் அடிமையின் சாதியின் பெயரிலேயே அடிமை ஓலை தலைப்பு காணப்படுகிறது. புலையர் அடிமை ஓலை நாஞ்சில் நாட்டில் கிடைக்கவில்லை.

அடிமைச் சந்தை

நாஞ்சில் நாட்டில் கிடைத்த 19 ஆவணங்களில் ஆளூர் (கல்குளம் வட்டம்) ஆரல்வாய் மொழி, தாழக்குடி (தோவாளை வட்டம்) ராஜாக்கமங்கலம் (அகஸ்தீஸ்வரம் வட்டம்) ஆகிய நான்கு ஊர்களில் அடிமைச் சந்தைகள் இருந்ததாகச் செய்தி உள்ளது. அடிமை ஆவணங்களில் மலையாள ஆண்டு, மாதம், நாள் மட்டுமல்லாமல்; யோகம், கரணம், நட்சத்திரம் கூடக் குறிக்கப்பட்டிருக்கும்.[18] அதோடு நான் விலை கொண்டு, ஆண்டு அனுபவித்து வரும் என்றோ நான் குருபரமுடையோனாய் ஆண்டு அனுபவித்து வருகிற நாகர் மகள்... என்றோ நாங்கள் குருபரமுடையோராக ஆண்டு அனுபவித்து வருகிற புறஞ்சேரி யில் கிடக்கும் தீண்டாதாரில் பறை இசக்கி என்றோ ... ஆவணத்தில் குறிப்பதுண்டு.

அடிமைகளைச் சந்தையில் விற்கும் முறை பற்றிய தகவல் களும் ஆவணங்களில் உள்ளன. அடிமைக்கு உரிமை உடையவர் அடிமைகளைச் சந்தையின் நடுவில் நிறுத்தி "இவர்களை

யாராவது வாங்குகின்றார்களா? வாங்குகின்றார்களா" என்று கூவுவர். அந்த அடிமைகளை வாங்க விரும்புகின்றவர் "நாங்கள் வாங்குகிறோம் நாங்கள் வாங்குகிறோம்" என்று பதிலுக்குக் கூவுவர். பின்னர் இருவரும் விலையைப் பேசி முடித்துக் கொள்ளுவர் (அ.கா. பெருமாள் 2006, ப. 164, 165, 166)

1500ஆம் ஆண்டு ஆவணம் திருநெல்வேலிப் பகுதி திருக்குறுங்குடி ஊரிலிருந்த ஒருவர் நாஞ்சில் நாட்டு அழகிய பாண்டியபுரம் மன்றில் அடிமையை விற்கக் கொண்டுவந்த செய்தியைக் கூறும். சந்தை மட்டுமல்ல; ஊர்ப் பொது இடம்; மன்றில் போன்றவற்றிலும் அடிமையை நிறுத்தி விற்பனை செய்வதுண்டு எனத் தெரிகிறது. விலைபேசி முடித்த பிறகு அடிமையை வாங்கியவர் ஓலையில் பதிவுசெய்வார். அது முதலியாரின் பாதுகாப்பில் வைக்கப்படும்.

அடிமை விதி

அடிமையை விற்கும்போது விற்பனை தொடர்பான விதிகளை ஓலையில் பதிவுசெய்வதுண்டு. சில ஆவணங்களில் இது குறிக்கப் படுகிறது. 1416ஆம் ஆண்டு ஆவணம் இப்படி ஒரு நிகழ்ச்சியைக் கூறுகிறது. பறையர் அடிமை ஒருவர் விடுமுறைக்காகத் தன் வீட்டிற்குச் சென்றார். அவர் குறிப்பிட்ட நாளில் திரும்பி வரவில்லை. வராததற்குரிய காரணத்தைத் தன் ஆண்டைக்குச் சொல்லிவிட்டார். என்றாலும் வருவதாகச் சொன்ன நாளில் வரவில்லை. இச்செய்தியை முதலியாருக்குத் தெரிவிக்கிறார் ஆண்டை. (அ.கா. பெருமாள் 2006, ப. 71)

அடிமை ஒருவர் தான் வாங்கிய கடனுக்காகத் தன் மகனை அடமானத்திற்கோ விலைக்கோ கொடுக்கும்போதோ கொடுக்கப்படும் அடிமை உடல் நலமில்லாமலானால் அடமானம் வைப்பவர் அடிமையின் வேலையைச் செய்ய வேண்டும். அப்படிச் செய்யவில்லை என்றால் அவரின் கன்றுகாலிகளையும் உடைமைகளையும் எடுத்துக்கொள்ளலாம் என்று எழுதிக் கொடுக்கிறார். இதுபோன்ற ஆவணங்களில் அடிமையாகப் பறையர் மட்டுமே குறிக்கப்படுகின்றனர். வெள்ளாட்டி அடிமை ஆவணங்களில் இந்த விதிகள் இல்லை.

அடிமையின் விலை

திருவிதாங்கூர் அடிமை ஆவணங்களை ஆராய்ந்த கே.கே. குஷ்மன், பறையர் சாதி ஆண் அடிமைக்கு 20 முதல் 60 பணம் விலை இருந்தது; பறையர் சாதி பெண் அடிமைக்கு இன்னும் விலை குறைவு; பறையர் பெண்களை ஒப்பிடும்போது

வேட்டுவப் பெண் அடிமைகள் விலை குறைவு என்கிறார்.
(K.K. Kusuman, p. 42).

இந்த நூலில் உள்ள அடிமை ஆவணங்களில், அடிமை
களின் விலை பற்றிய தகவல்கள் உள்ளன. 1439ஆம் ஆண்டி
லிருந்து 1832ஆம் ஆண்டுவரை உள்ள 7 ஆவணங்களில் அடிமை
களின் விலை குறிக்கப்பட்டுள்ளது. சில அடிமைகளின் விலை
அதிகமாக உள்ளது. உடலுழைப்புத் தொழில்நுட்பம் காரண
மாக இந்த விலை ஏற்றம் இருக்கலாம். 1459ஆம் ஆவணம் 3
அடிமைகளுக்கு 70 பணம் எனக் கூறும். 1832இல் 3 அடிமை
களுக்கு 140 பணம். 1472ஆம் ஆண்டு ஆவணம் ஒன்றரை
கோட்டை நெல்லுக்கு ஒரு அடிமை விற்கப்பட்டதைக் கூறும்.
அடிமைகளின் விலை வருமாறு:

1459 அவையன், தடியன், நல்லி	70 பணம்
1472 அனுயத்தி மகன் ஆதி	1½ கோட்டை நெல்
1711 வெள்ளாட்டி	50 கலியுக ராமன் பணம்
1711 வெள்ளாட்டி நாகர் நல்ல தம்பி, நல்லதாய்	50 கலியுக ராமன் பணம்
1730 வெள்ளாட்டி காந்திமதி	20 கலியுக ராமன் பணம்
1798 இரண்டு பறையர்	140 கலியுக ராமன் பணம்
1827 இசக்கி, புரசு மாடத்தி முலை உண்ணி, பாராத்தி புரசு கானி, சின்னகானி	150 கலியுக ராமன் பணம்
1832 மூன்று பறையர்கள்	140 கலியுக ராமன் பணம்

அடிமை ஒழிப்பு

திருவிதாங்கூரின் அடிமை ஒழிப்பிற்கு ஆங்கில அதிகாரிகளும்
உதவினர். திருவிதாங்கூரில் இருந்த கிழக்கிந்தியக் கம்பெனி
ஜெனரல் கோலன் அடிமை ஒழிப்பு குறித்து எழுதிய கடிதத்திற்கு
பரிவோடு இதைக் கவனிப்பதாகப் பதில் எழுதினார் திவான்.
இது குறித்த அறிக்கை 1849இல் வந்தது. பின்னர் 18.6.1853இல்,
திருவிதாங்கூர் அரசர் உத்திரம் திருநாள் அடிமை ஒழிப்பு
பிரகடனத்தை வெளியிட்டார். இதன்படி அரசுக்கும் தனியாருக்
கும் உரிமையாக உள்ள அடிமைகள் விடுதலை செய்யப்பட்டனர்.
அடிமை வரி நிறுத்தப்பட்டது. அரசு அலுவலரோ தனியாரோ
அடிமையை வாங்குவது, விற்பது தண்டனைக்குரிய குற்றமாகக்
கருதப்பட்டது.

அடிக்குறிப்புகள்

1. நாஞ்சில் நாட்டின் வடமீதிப் பகுதியில் (தோவாளை வட்டம்) உள்ள விவசாயிகள் பூதப்பாண்டி பூதலிங்க சுவாமி கோவில் தேர்த்திருவிழாவில் மாலையில் கோவில் வளாகப் பாறையில் கூடி விவசாயம் தொடர்பான செய்திகளை விவாதித்தனர். பொதுவாகக் கும்பப்பூ, கன்னிப்பூ என இருபோகம் பற்றிய விஷயங்கள் இதில் அடங்கும்.

2. இந்தக் களியலாட்டப் பாடல் மாத்தாண்டவர்மா நீராதாரங்களைப் பேணியது. ஏழைகளுக்காகக் கஞ்சித் தொட்டி வைத்தது போன்ற பல செய்திகளைக் கூறுகிறது. திருவிதாங்கூர் அரசர்களில் கலை, கோவில் கட்டுமானம் போன்றவற்றில் அதிகம் கவனம் செலுத்தாதவர் இந்த அரசர். ஆனால் குளங்கள் வெட்டுவது, பராமரிப்பது, சிறு அணைக்கட்டுகள் கட்டுவதில் கவனம் செலுத்தினார் என வாய்மொழிப் பாடகன் பாடுகிறான்.

   ஆத்தவெட்டினா குளத்த வெட்டினா
   மார்த்தாண்ட பெருமா – அவரு
   ஆக்ஞைக்குப் பயந்துபோய் ஓடிவாராங்க

3. கன்னியாகுமரி மாவட்டம் கல்குளம், விளவங்கோடு வட்டங்களில் குளம் கோருதல் என்னும் வழக்காறு உண்டு. ராஜ்யத்திற்கு எதிராகச் சதி செய்பவர்களைக் குலத்தோடு அழித்தபின் அவர்களின் வீடு அல்லது நிலங்களில் குளம் தோண்டுவது என்ற வழக்கம் குறித்த சொல் இது.

4. சுசீந்திரம் தாணுமாலயன் கோவிலுக்குச் சொந்தமாக 820 ஏக்கர் நிலம் இருந்தது. இக்கோவிலில் காணப்படும் மொத்தக் கல்வெட்டுகளை ஒரு சேரப்படித்துச் சேகரித்த தகவல் இது. (அ.கா. பெருமாள், சுசீந்திரம் தாணுமாலயன் கோவில், 2008, ப. 206)

5. திருவட்டாறு கோவிலுக்குச் சொந்தமாக மார்த்தாண்ட மடம், முனிக்கல் மடம், பஞ்சாண்டவர் மடம், காஞ்சிபுரம் மடம், ராமவர்மன் மடம் ஆகிய மடங்களும் வேறு மடங் களும் இருந்தன.

6. திருவனந்தபுரம் பத்மநாபசாமி கோவிலுக்குரிய நிலங்கள் சங்கேத நிலங்கள் எனப்பட்டன.

7. திருவட்டாறு ஆதிகேசவப் பெருமாள் கோவிலுக்கு அடங்கிய மார்த்தாண்டன் மடத்து நிர்வாகி நாஞ்சில் நாட்டு

வேளாளர்களுடன் மாறுபாடு கொண்டு வேளாளர்களின் சின்னங்களை உடைத்தார். நாஞ்சில் நாட்டு மக்கள் திருவட்டாறு மார்த்தாண்டன் மடத்திற்கு நெருப்பு வைத்தனர். அரசர் இதில் தலையிட்டு மடத்தைச் செப்பனிட உதவினார்; வேளாளர்களின் சின்னங்களைப் புதிதாகச் செய்துகொடுத்தார். இது 1657ஆம் ஆண்டு நிகழ்வு.

8. கன்னியாகுமரி மாவட்டம், தோவாளை வட்டம் ஈசாந்தி மங்கலம் கிராமத்தில், ஒரு சுமைதாங்கிக் கல்லில் இச்செய்தி சுருக்கமாகப் பொறிக்கப்பட்டிருந்ததை இந் நூலாசிரியர் செந்தீ நடராசன், தொல்லியல் அலுவர் அமரர் கோபாலன் ஆகியோர் கண்டுள்ளனர் (2006). சில நாட்கள் கழிந்து இக்கல்வெட்டை முறைப்படி பதிவு செய்யச் சென்றபோது அக்கல்லைக் காணவில்லை.

9. 1451ஆம் ஆண்டு ஆவணத்தில் ஒரு வயலின் எல்லையைக் கூறும்போது பேராரூர்குளம் சிற்றாரூர் குளம் என்னும் இரு குளங்களிலிருந்து நீருண்ணும் வயல் என்னும் குறிப்பு உள்ளது. வயல் பாசனமடையும் என்னும் சொல்லுக்குப் பதில் நீருண்ணும் என்ற சொல்லே வேறு ஆவணங்களிலும் பயன்படுத்தப்படுகிறது. குளங்களை பயிர்களுக்கு உணவு கொடுக்கும் இடம் என்றே குறிப்பிடுவது இந்த ஆவணத்தின் சிறப்பு.

10. வற்றாத குளங்களைக் 'கூனிக்குண்டு' என்னும் பெயரில் அழைக்கும் வழக்கம் இப்போதும் உள்ளது. இந்தக் குளங் களில் குறிப்பிட்ட இடத்தில் ஊற்று இருக்கிறது என்றும் நம்புகின்றனர்.

11. சுசீந்திரம் ஊரில் உள்ள துவாரகை கிருஷ்ணன் கோவிலில் அர்த்தமண்டபத்தில் 1228ஆம் ஆண்டுக் கல்வெட்டு உள்ளது. இது கோவில் எம்பெருமானுக்குக் கொடுக்கப்பட்ட திருவிடையாட்ட நிபந்தம் பற்றிக் கூறும். இக்கோவிலுக்கு 2 குளங்கள் நிபந்தமாகக் கொடுக்கப்பட்டன. அவற்றில் உள்ள நீரைப் பிற விளைச்சல் நிலங்களுக்கு விற்கலாம். அதில் வரும் தொகையை இக்கோவில் நிர்வாகத்திற்குச் செலவழிக்கலாம் என இக்கல்வெட்டு கூறும். *(Travancore Arcgealogy Series, Vol. viii 1921, p. 35)*

இந்தக் குளங்களில் ஒன்று கோவில் அருகே இருந்தது. இது 90களில்தான் நிரப்பப்பட்டது.

12. பறக்கை என்ற ஊரில் பூலம்பிள்ளையின் மகன் இறந்த போது அந்த ஊரைச் சார்ந்த இருவர் சாவுச்சடங்கு

தொடர்பாகத் தர்க்கித்தனர். சாவுச் சடங்கு செய்தியைக் குடிமகனே பிற ஆட்களுக்குச் சொல்ல வேண்டும். அதோடு கொள்ளிவைப்பவரின் தலையில் உள்ள பானையில் நாவிதரே கெண்டி மூக்கால் கொத்த வேண்டும். இந்தச் சாவு நிகழ்ச்சியில் இவை மீறப்பட்டன. இதுபோல் வேறு சாவு நிகழ்ச்சியிலும் நடந்தது. இதைக் காரணமாக்கி இருவரும் தர்க்கித்தனர். இது 18ஆம் நூற்றாண்டு ஆவணம். *(அ.கா. பெருமாள், 2006, ப. 87)*

13. திருவனந்தபுரம் பத்மநாபசுவாமி கோவிலில் அளவற்ற தங்க நகைகளும், நாணயங்களும் இருப்பதைக் கண்டுபிடித்த காலத்தில், அவற்றில் சில தென்குமரி பத்மநாபபுரம் அரண்மனையிலிருந்து கொண்டு செல்லப்பட்டவை என்ற செய்தி பேசப்பட்டது. 1790இல் பத்மநாபபுரத்திலிருந்து திருவனந்தபுரத்திற்குத் தலைநகரம் மாற்றப்பட்டபோது, விலைகூடிய ஆபரணங்களும் சென்றன என்று கூறும் செய்திகளடங்கிய வாய்மொழிக் கதைகள் உண்டு.

14. புலமாடன் கதை என்னும் அச்சில் வராத கதைப்பாடலில் புலமாடனும் புலைமாடச்சியும் வடுகர்களையும் வடுகச்சி களையும் பழிவாங்கச் செல்லுவதான குறிப்பு வருகிறது.

   பொன்னிறத்தாளம்மன் என்னும் கதைப்பாடலில் வரும் இணைசூரன் கம்பளத்து நாயக்கன் எனப் படுகிறான்.

   ஐவர் ராசாக்கள் கதைப்பாடலில் திருநெல்வேலிப் பகுதி வடுகச்சி மதிலில் வடுகர் குடியிருப்பு இருந்த செய்தி வருகிறது.

   நீலசாமி கதை, மன்னராஜா கதை எனப் பல கதைப் பாடல்களில் வடுகர் குடியிருப்புகள் பற்றிய செய்திகள் உள்ளன.

15. பறையர், புலையர், வேட்டாறன், நாயாடிகள் என ஒடுக்கப் பட்ட மக்களில் அடிமையாக உள்ளவர்கள்கூட அவர் களின் சாதி நிலைக்குத் தக்கவாறு நடத்தப்பட்டனர். பறையர், நாயாடிகளைவிடப் புலையர் உயர்வானவர் எனக் கருதப்பட்டனர். பறையர் நாயாடிகளைவிட உயர்வானவர் எனக் கருதினர். நாயாடிகள் தொட்ட உணவைப் பறையர் சாப்பிட மாட்டார்கள். *(L.K. Anantha Krishna Iyer ,1909, p. 85)*

16. புலைப்பேடி, மண்ணாப்பேடி என்ற வழக்கம் தென் கேரளத்தில் 16ஆம் நூற்றாண்டுக்கு முன்பே இருந்தது. உயர்சாதிப் பெண்ணொருத்தி இருட்டியபின் தனியாக

வீட்டிற்கு வெளியே வரும்போது புலையர், பறையர், மண்ணார் சாதியைச் சார்ந்த ஒருவர் கண்டுவிட்டேன் என்று கூறினாலோ தொட்டாலோ சிறு கல்லை அல்லது குச்சியை அவள் மீது எறிந்தாலோ அவள் தீட்டுப் பட்டவள் ஆகிறாள். அவளை மீண்டும் வீட்டில் ஏற்றுக் கொள்வதில்லை. அவனுடன் அவள் சென்று வாழ்க்கை நடத்த வேண்டும். இந்த நிகழ்வு மாசி–பங்குனி முதல் சித்திரை பத்துவரை நடக்கும். இந்த வழக்கத்தை வீரகேரள வர்மன் என்ற வேணாட்டு அரசன் *1696* ஜனவரி *18*இல் நிறுத்தியதாக அறிவிக்கிறார். (செந்தீ நடராசன் புலைப்பேடி என்றொரு விசித்திர வழக்கம் *NCBH* சென்னை *2012*, பக். *1–3*)

16. தெய்வாதீனம் ஜகத் சர்வம்
மந்ராதீனம் துவைவதம்
தன் மந்தரம் ப்ராஹ் மணாதீனம்
ப்ராஹமனோ மமதைவதம்

[இறைவனுக்கு அடங்கிதான் உலகில் சர்வமும் உள்ளன. இறைவனோ மந்திரத்துக்குக் கீழே இருப்பவன். அந்த மந்திரமோ பிராமணனுக்கு அடங்கியது. ஆகவே பிராமணனே என் தெய்வம்.]

18. குஞ்சுக் கூட்டக்காரர் வந்து அம்பலக்காறரேயும் இளந்தாரி களையும் அறியிச்சு குனிச்சு நிறுத்தி கல்லு கேத்தி எறிய சோத்தியம் செய்யுந்நு. (அ.கா. பெருமாள் *2006*, ப. *139*)

19. கன்னியாகுமரி மாவட்டம், அகஸ்தீஸ்வரம் வட்டம் பறக்கை ஊரை அடுத்த மதுசூதனபுரம் ஊரில் பெருமாள்சாமி கோவில் உள்ளது. இங்கு சிதம்பர நாடார் என்ற துணைத் தெய்வம் உள்ளது. இது தொடர்பான கதைப்பாடல் உண்டு (தங்கசாமி சிதம்பர நாடார் கதை, *1982*).

சிதம்பர நாடார் தெங்கன்புதூர் பகுதியில் வரிப் பிரிக்கும் பொறுப்பைச் செய்து வந்தவர். அவர் பறக்கை ஊர் பிராமணப் பெண்ணை மணம்புரிந்து வாழ்ந்தார். இதனால் ஊர் மக்கள் அரசரிடம் முறையிட அவர் கொலைசெய்யப்படுகிறார்; தெய்வமாகிறார். அந்தப் பெண் அரண்மனை வேலைக்கு அனுப்பப்பட்டாள் என்பது வாய்மொழிக் கதை.

20. வேளாளர்களில் சாதிப்பிரஷ்டம் செய்யப்பட்டவர்கள் புளுக்க என்றும் அடைமொழியுடன் குறிக்கப்பட்டனர். ஒருவனைப் பழித்துப் பேசுவதற்குரிய தொடர் “புளுக்கப்

பயலுக்குப் பொறந்தவனே" என்பது. இது 90களில்கூட வழக்கில் இருந்தது. இதன் பொருள் மோசமான ஒழுக்க மில்லாத பெண்ணுக்குப் பிறந்தவனே என்பது. புளுக்க வேளாளர்களுக்கு, சில உரிமைகள் மறுக்கப்பட்டிருந்தது. புளுக்க என்ற அடைமொழி வேறு சாதிகளுக்கும் உண்டு.

தகாத உறவு, வன்புணர்ச்சி, கொலை தொடர்பான நம்பூதிரி குற்றவாளிகளைக் கேரளத்தில் கோவிலில் சோதனை செய்தனர். இது பிரத்யாயம் எனப்பட்டது. கொதிக்கும் நெய்ப்பானையில் கையைவிட்டு தன் புனிதத்தை வெளிப்படுத்துவது பிரத்யாயம். தென்கேரளக் குற்றவாளிகள் இந்தச் சோதனைக்காக நாஞ்சில் நாட்டு சுசீந்திரம் கோவிலுக்கு வந்தனர். சோதனையில் தோற்றவர்கள் சாதிப்பிரஷ்டம் செய்யப்பட்டனர். பின்னர் இவர்கள் உயர்வர்க்கத்தினர் வீடுகளில் உள்வேலைகளைப் பார்த்து வாழ்க்கை நடத்தினர். ஒருவகையில் இது அடிமை முறை போன்றது.

21. பஞ்சமாய்க் காலும் கெண்டையும் வீங்கி கஞ்சிக்கு அலக்கை யிலே எங்கள் நாயனும் இட்டுலக்கியாதது கொண்டு எங்களை நாங்களே அடிமை விலைப் பிரமாணம் செய்து கொடுத்தோம் (அ.கா. பெருமாள், 2006, ப. 73)

22. ...இன்னாயினாரொடு சடங்கொ...என் மகள் முதலியை நாளது முதல் ஒற்றியாக பற்றிக் கொள்ளுவாராகவும்... (அ.கா. பெருமாள், 2006, ப. 73)

23. சகாத்தம் 1671 மேல் செல்லா நின்ற கொல்லம் 905 ஆண்டு (1730) புரட்டாசி மாதம் புதனாட்சையும் அமரபட்சத்து சத்தமியும் சித்தநாம யோகமும் சிங்க கரணமும் பெற்ற ரோகிணி நாட் செய்த வெள்ளாட்டி விலை கரணமாவது...

சாலிவாகன சகாத்தம் 1769இன் மேல் செல்லா நின்ற கொல்லம் 1002 (1827) ஆண்டு விய வருஷம் தை மாதம் 2ஆம் தேதி மங்கல வாரமும் அமரபட்சத்து ஏகாதசியும் விருத்திய நாமயோகமும் சிங்கக் கரணமாகப் பெற்ற நாள் அனுஷ நட்சத்திரமுமாக நான் செய்த பறையடிமை விலையோலைக் கரணமாவது.

மூல ஆவணங்கள்

1

வீட்டு வாடகைப் பத்திரம்

மலையாள ஆண்டு (ம.ஆ.) 524 மகரமாதம் (தை)
ஞாயிறு கி.பி. 1349

இது ஒருவகை ஒப்பந்த ஆவணம். ஆளூர் நகரத்தில் வாழ்ந்த சடையன் பிள்ளை என்பவன் முன்குறித்த நகரத்தில் இருந்த உசையனாப் பட்டனுக்கு எழுதிக் கொடுத்த ஆவணம். செட்டி ஒருவன் ஏற்கெனவே இருந்த வீட்டில் தொடர்ந்து இருக்கலாம் என்பதை இந்த ஆவணம் குறிக்கிறது. இதில் ஆளூர் பட்டினம் எனக் குறிக்கப்படுகிறது. அப்போது அது முக்கிய வணிகத்தலம். இந்நூலில் உள்ள ஆவணங்களில் காலத்தால் முந்தையது இது.

1 கொல்லம் 524ஆம் ஆண்டு மகர ஞாயிறு ஆளூர் நகரத்து சடையன் பிள்ளையானேன் மேற்படி நகரத்து

2 உசையனாப் பட்டனுக்கு செறுபள்ளி செட்டி இருந்த வீட்டில் மேல செப்பழக்கும் அழிவுக்கும் கொடுத்த

3 கிரமத்தில்ப் பாதியும் பதினாறு திரமமும் வகையனாய்ப் பட்டனோடு இத்திரமம் பதினாறும்

4 இவ வீட்டில் பாதி பாகும் இருந்து கொள்வா ராக; உசையனா பட்டன் இப்படிச் சம்மதித்து இம்முறி

5 சடையன் பிள்ளையான் எழுத்து இவர்கள் சொல்ல இம்முறி எழுதிய

6 ரத்து ஆலவாய் முதலி எழுத்து

2

கடன் பத்திரம்

ம.ஆ. 608 ஆனி மாதம் 2

கி.பி. 1433

இது கடன் பத்திரம். ஸ்ரீ கிருஷ்ணன் என்னும் வானவன் வயிராவணன் என்பவன் ஒருவரிடமிருந்து கொல்லச்சிலாகை பதினெட்டு மேனி அச்சு இரண்டு ஆழாக்கு கடன் கொண்டான். இதற்காகக் கடன் கொடுத்தவர்க்கு ஒரு நிலத்தை ஒற்றியாகக் கொடுக்கிறான். இந்த நிலத்தின் எல்லை ஆவணத் தில் உள்ளது.

ஆவணத்தில் கடன் கொடுத்தவர் பெயரில்லை. நிலத்தின் எல்லைப்பகுதிகள் முழுமையாகக் குறிக்கப்படவில்லை. கடன் கொடுத்தவருக்கு நிலத்தை ஈடாகக் கொடுப்பது உழவொற்றி எனப்பட்டது.

1 கொல்லம் 628 ஆனி மாதம் 10 உலகுடை முக்கோக்

2 கொல்லச் சிலாகை பதினெட்டு மேனி அச்சு இரண்டாளாக்கு பணம் 5

3 கடங்கொண்டான் சிரிகிருட்டினனான வானவன் வயிராவணனேன்

4 நான் உறவொற்றி வைச்சுக்குடுத்த நிலமாவது சுனைநீர் குறிச்சி தேவர்க்குளத்

5 இரு குறுணி அந்நாழிக்கும் பெருநான்கெல்லை கீழெல்லை கால்

6 நீர்பொருகால் இவ்விசைந்த பெருநான் கெல்லைக்குட்பட்ட

7 வொற்றியாக வைச்சுக் குடுத்தேன் வானவன வயிராவணனேன்

8 போக விரோதம் வருகில் என் நடைமாடு செய்க அஞ்சுவகைப்பட்ட

9 தடுத்த பொருளுக்கு அழிவு வருகில் தடுத்தார் மேலும் பொருள் மேலும் சார்பிலதாகவும்

10 ....காக நயினார்க்கு இப்படிக்கு இவை

3

பற்று முறி

ம.ஆ. 624 கார்த்திகை 17

ஞாயிறு கி.பி. 1440

இது பற்று முறி ஆவணம். ஆளூரான விக்கிரம சோழபாண்டிய புரத்து செல்வன் திருக்குறுங்குடியான் தலச்செட்டியாரிடம் கடன்பெற்றது காரணமாக எழுதிக்கொடுத்த சீட்டு. கடன் கொண்டவர் சடையப்ப முதலியார்.

இந்த ஓலை மலையாள எழுத்து வடிவில் அமைந்தது. மொழி தமிழ். கவிமணி தமிழ் எழுத்து வடிவில் எழுதி வைத்திருக்கிறார். இந்த ஆவணத்தின் பெயர்ப்பு இறுதியில் 15ஆம் நூற்றாண்டில் நாஞ்சில் நாட்டில் பேச்சுமொழி தமிழாக இருந்தாலும் எழுத்துமொழி மலையாளமாகவும் இருந்தது என்பதற்கு இந்த ஓலை சான்று என்ற குறிப்பு உள்ளது. இது முழுமை அடையாத ஆவணம்.

1 கொல்லம் 624ஆம் ஆண்டு விரிச்சிகை ஞாயிறு 17 தேதி செங்கழு நீர்ச்சேரி திருவிக்கிரம (விழிஞனேன்) ஆளூரான விக்கிரம சோழ பாண்டியபு.

2 ரத்து செல்வன் திருக்குறுங்குடியான் தலச் செட்டியார்கு பற்றுமுறி.

3 கொடுத்த பரிசாவது முன்னாள் ஆதிச்ச மக்காங்கேயர் வகையாய் பேரூர்நா.

4 யர்கூட சடையப்ப முதலியார் கடங்கொண்ட முதல் பண்டாரத்தில் வருசெல்லு சென்ன

5 வருளச்சு வளந்நு தீர்த்த வகையில் ஒள்ள வளைப்ப

6 .... பற்றுக்கொண்டு முறிகொடுத்தேன் திருவிக்கிரமன்

7 .... செல்வன் திருக்குறுங்குடியான் தலச்செட்டியார்க்கு இம்மார்

8 க்கமே .... பற்றுக்கொண்டு பற்றுமுறி எழுதிக் கொடுத்த செங்கழுநீர்

9 ச்சேரி திருவிக்கிறமன் .... ஒப்பு இவர்கள் சொல்ல இப்பற்று முறிகையயால்

10 எழுதினேன் மேற்படி நகரத்து கணக்கு .... பூவன் எழுத்து.

4

கடன் பத்திரம்

ம.ஆ. 668 ஆடி 7

கி.பி. 1443

நாஞ்சிநாட்டு அதியனூரான அழகிய பாண்டியபுரத்து திருவேங்கடமுடையான் உடையநயினான் வணிக ராமர்க்கு நாட்டாற்றுப்போக்கு வைகுந்த வளநாட்டு ஏர்வாடியான நரலோகநாத நல்லூரில் வாழும் கேரளன் உடையான் குட்டியேன் எழுதிய படுகல முறி இந்த ஆவணம்.

உடையான் குட்டியேன் திருவேங்கடமுடையானிடம் ஒரு கோட்டை இருபது மரக்கால் அளவுள்ளதின்படி 10 கோட்டை நெல் வாங்கியுள்ளார். அதில் கோட்டைக்கு 5 பணம் வீதம் 50 பணம் மொத்தமாக வரும். இந்தப் பணத்தை ம.ஆ. 669ஆம் ஆண்டு (1444) அய்பசி மாதம் கொடுப்பதாகவும் அப்படிக் கொடுக்கவில்லையென்றால் அடுத்த கார்த்திகை மாதம் முதல் நூற்றுக்கு இரண்டரை விழுக்காடு பலிசை கொடுப்பதாகவும் வாக்களிக்கிறார். இதைக் கொடுக்கவில்லை என்றால் முதலுக்கும் பலிசைக்கும் ஈடுகட்ட சம்மதிக்கிறார். ஈட்டிற்காக அழகியபாண்டியபுரம் அருகே அலத்துறை ஆற்றுப் போக்கிலே உடையார் குட்டியேன் ஸ்ரீதனமாகப் பெற்று அனுபவித்து வரும் நிலத்தைக் கொடுப்பதாகவும் இதைப் பெறும்போதும் அனுபவிப்பதில் சிக்கல் வந்தால் அதற்கும் ஈடுகொடுப்பதாகவும் எழுதிக்கொடுக்கிறார். உடையார்குட்டி என்பவரே அழகியபாண்டியபுரம் வணிகராம முதலியாரிடம் படுகல முறியைக் கொடுக்கிறார். இந்த ஆவணத்தை எழுதியவர் கடுக்கரையில் உள்ள ஸ்ரீகண்டேஸ்வரமுடைய நயினார் கோவில் கைக்கோளரில் ஒருவரான ஒழிப்பெருமாள் ஆவார்.

இந்த ஆவணம் வழி நாஞ்சில்நாட்டுக் கோவில்களில் கைக்கோளர் சாதியினர் (இப்போது இவர்கள் செங்குந்த முதலியார்) நிர்வாகப் பொறுப்பில் இருந்தது தெரிகிறது. இங்கு

குறிப்பிடப்படும் ஸ்ரீகண்டேஸ்வரர் கோவில் இப்போது அரசுக் கட்டுப்பாட்டில் உள்ளது.

1 கொல்லம் 668 வருஷம் ஆடி மாதம் 7ஆம் தேதி நாஞ்சில் நாட்டு அதியனூரான அழகியபாண்டியபுரத்து திருவேங்கடமுடையான் உடைய நயினான் வணிக ராமர்க்கு

2 நாட்டாற்றுப் போக்கு வைகுந்தவளநாட்டு ஏர்வாடியான நரலோகநாத நல்லூரில் கேரளன் உடையார்க் குட்டியேன் படுகலமுறி இட்டுக்கொடுத்த பரிசாவது இந்

3 நாள் இவர் பக்கல் வாங்கின ஒக்கும் எண்ணாழிக் கலால் இருபது மரக்கால்படி நெல் கோட்டை இக்கோட்டை 10க்கும் கோடடைப் பணம் 5ஆக நாளதுவிற்ற

4 விலைப்படி பணம் 50 இப்பணம் அன்பதும் 69 வருஷம் அற்பசி மாதம் குடுப்பேனாகவும் குடாதொழிகில் இதர்க்கடுத்த கார்த்திகை மாதம் முதல் பணம் 1க்கு நூற்றுக்கு

5 இரண்டரை விழுக்காடு பலிசை கூட்டி இம்முறி கொடுவந்தார் வசம் குடுப்பேனாகவும் குடாதொழுகில் பலிசைக்கும் முதலுக்கும் இவ்வூர் பற்று கீழ்பற்று அலத்துறை ஆற்று போ

6 க்கு நான் சீதனபெற்று பொதுகிற சிறுமங்கல மரக்காலக்கு தடி 9 முன்னிலம் அளவின் படியுள்ள நிலம் ஏதின பலிசைக்கு முதலுக்கு உடையான் மேற்படி பொழுதே

7 படுகலமாக கையாண்டு ஆண்டு கொள்ளு வாறாகவும் கொள்ளுமிடத்து இந்நிலத்துக்கு ரு அனுபோக விரோதம் வருகில் எந்நடைமாடு செய்கால தடுத்தும் வளைத்தும் ஆளப்பெற்று

8 வாராகவும் தடுத்த பொருளுக்கு அழிவு வருகில் தடுத்தார் மேலும் பொருள் மேலும் சார்வதாகவும் இப்படி சமயத்து படுகல முறிஇட்டுக் கொடுத்தேன் உடையாக்குட்டி அடியேன் திருவேங்கட முடையேன்

9 உடைய நயினான் வணிகராமர்க்கு இப்படிக்கு உடைய குட்டி எழுத்து இவர்கள் சொல்ல இதை படுகலமுறி எழுதினேன் கடுக்கை அறையில் நயினார் ஸ்ரீகண்டேஸ்வரமுடைய நயினார் கோயில் கைக்கோளரில் நயினான் ஒழிகிப் பெருமாள் எழுத்து

5

கடன் பத்திரம்

ம.ஆ. 621 சித்திரை 10

கி.பி. 1446

மலை மண்மண்டிலத்து தெங்கனாட்டு அதியனூரில் வாழும் ஆதிச்சமறியான் என்பவனுக்கு நாஞ்சில் நாட்டு அதியனூரான அழகியபாண்டிபுரத்து நம்பி ஒருவன் எழுதிய படுகலமுறி இந்த ஆவணம்.

மேற்படி ஆதிக்கமறியாவிடம் வாங்கிய 15 கோட்டை நெல்லைக் குறிப்பிட்ட நாளில் கொடுப்பேன். கொடுக்கவில்லை என்றால் ஒரு கோட்டைக்கு 5 பணம் வீதம் 15 கோட்டை நெல்லும் 75 பணத்திற்குச் சமமான நிலத்தையும் கொடுப்பேன். இந்த நிலம் நான் ஸ்ரீதனம் பெற்று பூர்வீகமாய் அனுபவித்து வருவது ஆகும். இந்த நிலம் கோட்டாறு ஊர் வயல் பகுதியில் உள்ளது. இதைப் பெறுவதில் சிக்கல் வந்தால் அதையும் தீர்ப்பேன். அதற்குரிய செலவையும் கொடுப்பேன் என்று நம்பிக் கூறுவதாக அமைந்தது இந்த ஓலை.

இந்த ஆவணத்தை எழுதியவர் நாட்டாற்றுப் போக்கு பெரும் பழஞ்சியில் (இன்றைய திருநெல்வேலி மாவட்டம் நாங்குனேரி வட்டம்) வாழும் பிரியாதான் காத்தான் ஆவான். இந்த ஆவணம் வழி 15ஆம் நூற்றாண்டு பாதியில் வேணாட்டின் ஆட்சி பாண்டி நாட்டிலும் இருந்தது என்பது தெரிகிறது.

1 கொல்லம் 621 வருஷம் சித்திரை 10ஆம் தேதி மலைமண்டிலத்து தெங்னநாட்டு அதியனூரில் ஆதிச்சன் மாறியனுக்கு நாஞ்சிநாட்டு அதி

2 யனூரான அழகியபாண்டியபுரத்து நம்பியாருக்கு ....னேன் படுகல முறியிட்டுக் குடுத்த பரிசாவது முந்நாள் யிவருக்கு குறியப்

3 ய பிடித்துக் குடுத்து நீக்கி குடுக்க வேண்டும் கோட்டை 15 யிக் கோட்டை பதிநஞ்சும் அடுத்தடி ...

4 குடுப்பேனாகவும் அன்று குடாதொழிகில் மேற்படி கோட்டை 1க்கு பணம் 5யிக் கோட்டை 15 பணம் 75 எழுபத்தஞ்சுக்கும் நான் சீதனங்கொ

5 ண்டு ஒடையேனாய ஆண்டு அனுபவித்து வருகிற கோட்டாற்றுப் பற்று மேலகரையில் கிணற்றடிய தடி 1, 22 கோட்டை

6 படுகல ஒற்றியாக யிரங்கிக் கையாண்டு கொள்வாராகவும் கையாளும் விடத்து அனுபோக விரோதம் வருகில் தீர்த்து குடுப்

7 பேனாகவும் குடாதொழிகில் யெனடைய் மாடு செய்யாகால் அய்வகைப்பட்ட பய (ய)ன படு பொருளும் நடையிலல

8 . . . தடுத்தும் வழுத்தும் திரப்பிச்சுக் கொள்ளுவாராகவும் தடுத்த பொருளுக்கு அழிவு வருகில் தடுத்தார் மேலும் பொருள் சாரா

9 . . . தாகவும் இப்படிச் சம்மதித்து படுகல முறியிட்டுக் குடுத்தேன் நம்பியார்க்கு தன் ஆதிச்சன் மணியனுக்கு இப்படிக்கு நம்பியார்க்கு எழுத்து

10 இவர்கள் சொல்லப் படுகலமுறிய யெழுதினென் நாட்டாற்றுப் போக்கு பெரும்பழஞ்சியில் பிரியாதான் காத்த பெருமாள் எழுத்து

6

விலை ஓலை ஆவணம்

ம.ஆ. 662 ஆடிமாதம் 10
கி.பி. 1447

இது விலை ஓலை ஆவணம். ஆளூரான சோழபாண்டியபுரத்து சோழபாண்டீஸ்வரமுடைய நயினார் கோவிலில் பணியாற்றும் தேவபுத்திரரில் இரவிமங்கலத்துக் கேசவன் என்பவனுக்கு மேற்படி ஊரில் வாழும் அழகியபாண்டிய நகரீசுவரமுடையானும் பாடகப் பிள்ளை என்பவனும் ஒரு வயலையும் தோப்பையும் விற்பதாக எழுதிக் கொடுத்த ஆவணம் இது. ஒரு நிலம் கோவிலில் பணியாற்றும் தேவபுத்திரருக்கு உரிமையாகும்போது அதன் நிலை மாறுகிறது. கோவில் சொத்து மேலும் பெருகுவதன் காரணம் இதில் அடக்கம். ஆளூர் கோவில் சிறியதாக இருந்தாலும் தேவதாசிகள் பணியாற்றிய செய்தி இதனால் தெரிகிறது.

இந்த ஆவணத்தில் குறிப்பிடப்படும் சிவன் கோவில் கி.பி. 12ஆம் நூற்றாண்டிற்கு முற்பட்டது என்பதற்குக் கல்வெட்டுச் சான்றுகள் உள்ளன. (கன்னியாகுமரி கல்வெட்டு 1969 எண் 6) "விக்கிரம சோழ பாண்டியபுரத்து நயினார் சேர சோழ பாண்டீஸ்வரமுடையார்" என இந்தக் கல்வெட்டு கூறும். இக்கோவில் இப்போது முதலியார் குடும்பத்தின் நிர்வாகத்தில் செயல்படுகிறது.

1 கொல்லம் 662 வருஷம் ஆடி மாதம் 10ஆம் தேதி ஆளூரான விக்கிரம சோழ பாண்டியபுரத்து நாயனார் சோழ பாண்டீசுவரமுடைய நாயினார்

2 கோயிலில் தேவபுத்திரரில் இரவிமங்கலத்துக் கேசவன் நாயினானுக்கு இவ்வூரில் இருக்கும் தண்டையும் காலும் அழகியான்

3 நகரீசுவரமுடையானும் என் மருமகன் பாடகப் பிள்ளை யானும் தேவனும் ஒப்பம். வயலுக்கும் விளைக்கும் விலையோலை எழுதிக்கொடுத்த

4 பரிசாவது இவ்வூரில் (லி) நகரத்தாருடன் என் அனந்தரவர் முன்னாள் விலைகொண்டு கையாண்டு போதுகிற வயலும்

5 விளையும் ஆவது; இவ்வூர் பற்றில் வயலும் விளையும் ஆவது; குன்றாண்டிக்குழியும் வயலும் இதற்கு அடுத்த குன்றாண்டிக் கோட்டை

6 விளையும் இவர்க்கு விற்று விலைப்பிரமாணம் செய்து குடுத்த இது பூ எல்கை ஆவது கீழ் எல்கை கரைகாலில் அடியிற் கலத்த குறிப்பி விளையூம்

7 வீரவிளைக்கு மேற்கு தென்னெல்லை கோட்டை விளைக்கு வடக்கு மேல் எல்கை குருகுவிளைக்கு கிழக்கு வடக்கு பெலன குழிக்கு

8 விளைக்கும் கிழக்கு வடவெல்லை தொண்டன் விளாகத்துக்கும் உமையொருபாக முதலியார் மடவிளாகத்தது

9 தெற்கு ஆக இந்நான்கு எல்கைக்கு உட்பட்ட வயலும் விளையும் விற்று விலைப்பிரமாணமும் எழுதிக் குடுத்தோம்

10 நகரீச்சுவரமுடையானும் பாடகப் பிள்ளையானும் தேவனும் ஒப்பம் இரவிமங்கலத்து கேசவன் னாயினார்க்கு இப்படிக்கு இவர் கைம்மாட்ட க்கு

11 இவர்கள் சொல்ல இந்த விலையோலை எழுதி னேன் சேரஅன் மாதேவி மேல் பிடாகை வீற்றிருந்தான் குளத்தில் இருக்கும்

12 சாத்தன் சாத்தன் எழுத்து

7

ஈடு ஆவணம்

ம.ஆ. 627 கார்த்திகை 14

கி.பி. 1451

இது ஒற்றி ஓலை. ஆளூரான விக்கிரமசோழ பாண்டியபுரத்து அய்யன் குன்றனிடமிருந்து மேற்படி நகரத்து சடையன் திருவம்பலமுடையான் என்பவர், 3 அச்சு பணம் கடனாகக் கொண்டார். இதற்காகத் திருவம்பலமுடையார் தன் உடன்பிறந்தவள் சீதனமாகப் பெற்று அனுபவித்து வந்த ஒரு நிலத்தை ஈடு வைக்கிறார். இந்த வயல் நீருண்டு பயன்பெறும் (பாசனவசதி) குளத்தின் பெயர் (சிற்றாளூர் குளம்) குறிப்பிடப் பட்டுள்ளது. இந்த வயலின் எல்லையும் குறிப்பிடப்பட்டுள்ளது.

1 கொல்லம் 627 ஆண்டு கார்த்திகை மாதம்14 செய்த உறவு ஓலைக்கரணமாவது ஆளூரான விக்கிரமசோழ பாண்டியபுரத்து அய்யன்குன்றன் கையால் அன்றாடு வழங்கும் நெல்மேனி கலியுகராமன் அச்சு 3 னாலே பணம் 5

2 கடங்கொண்டேன் மேற்படி நகரத்து சடையன் திருவம் பலமுடையானேன் கொண்டேன் கொண்டு

3 கொடுவோனாய இவ்வைச்சு மூன்றுக்கும் என் உடன்பிறந்தாள் சீதனம் பெற்று உடையனாய் ஆண்டு அனுபவித்து வருகிற பேராளூர் குளத்தாலும் சிற்றாளூர் குளத்தாலும் நீருண்டு

4 நெல் விளையும் கிணற்றங்கால் துடவயல் தடி பெருநான் கெல்லை கீழ் எல்லை ஏரிக்கில் கரைக்கு மேற்கு தென்எல்லை பிராயனர்க்கு வடக்கு மேல் எல்லை மந்தம் பிரத்துக்கு இழுக்கு

5 வடவெல்லை கிணற்றங்கால் துடவயலுக்கு தெற்கு இவ்விசைந்த பெருநான்கு எல்லைக்கு உட்பட்ட கிணற்றங்கால் துடவயலுக்குத் தடி ஒன்று லோடொத்த பயிர்

6 ர் ஏற்றி அயலக் கடமையும் இவத்து அனுபவிப்பாராகவும் அனுபவிக்குமிடத்து அநுபோக விரோதம் (தீர்பிச்சு கொளவிது) சடையன் திருவம்பலமுடையான் நடைமாடு அஞ்சுவகைப்பட்ட பயன்படு

7 பொருளும் நடையிலழியத் தடுத்தும் வளைத்தும் கொள்ள பெறுவாராகவும் தடுத்த பொருளுக்கு அழிவு வருகில் தடுத்தார் மேலும் பொருள் மேலும் சார்பிதாகவும் இவ்வைச்சு மூன்றும்

8 கொண்டு இனமுத்துருனியும் ஒற்று வைச்சுக்கு டுத்தேன் சடையன் திருவம்பலமுடையானேன் அய்யப்பன்.

9 இவ்வை மூன்றும் கொண்டு இனநிலம் முக்குறியும் உறவொற்றியும் வச்சுக்கொடுத்த இப்படிக்கு இவை சடையன் திருவம்பலமுடையான் எழுத்து

8

கடன் பத்திரம்

ம.ஆ. 628 சித்திரை 5

கி.பி. 1453

இது கடன் பத்திரம். ஆளூரான சோழ பாண்டியபுரத்து முதலியார் உமையொருபாக முதலியார் பண்டாரமடத்திலிருக்கும் நயினாருக்கு ஆளூர் கோவில் கைக்கோளரில் பிள்ளையார் என்பவர் கலியுகமெய்யனுக்குக் கொடுத்த கடன் செய்தி இந்த ஆவணத்தில் உள்ளது. கடன்வாங்கியவர் இந்தக் கடனுக்கு நூற்றுக்கு 7 விழுக்காடு பலிசை பூதோறும் நெல் தருவதாக வாக்களிக்கிறார். பலிசையைக் கொடுக்கவில்லை என்றால் பெரிய குளத்தின் கரையில் உள்ள என் வயலை. கடன் கொடுத்தவர் அனுபவித்துக்கொள்ளட்டும் என்று பத்திரத்தில் எழுதி ஒப்பமிட் டிருக்கிறார்.

1 கொல்லம் 628 ஆண்டு சித்திரை மாதம் 5 தேதி ஆளூரான விக்கிரம சோழபாண்டியபுரத்து முதலியார் உமையொருபாக முதலியார் பண்டார மடத்திலிருக்கும்

2 நயினார் சோழ பாண்டீஸ்வர நயினார்க்கு மேற்படி நகரத்து நயினார் சோழபாண்டிய ஈசுவரமுடைய நயினார் கோவிலில் கைக்கோளரில்

3. பிள்ளையாள் கலியுக மெய்னேன் உடைய முறியிட்டுக் குடுத்த... சாரியார் உமையொருபாக முதலியார் எழுந்தருளிய

4 627 ஆண்டு புரட்டாதி மாதம் அத்தத்தினாள் திருக்கல்யாணத்து நீக்கின ... அன்பதுக்கு நூற்றுக்கு ஏழு விழுக்காடு உபையங்குடுத்துப் போதுவே

5 னாகவும் இதுகாரில் குடுத்தும் ... குடுத்த ... இது பூதோறுமு குடுத்தும் போதுவேனாகவும் குடாதொழிகில் நாஞ்சி நாட்டு அதியனூரான அழ

அ.கா. பெருமாள்

6   கிய பாண்டியபுரத்து பெரியகுளத்தின் கீழ் அகவயல் நான்
ஒற்றி கொண்டாண்டனு பவித்து போதுகிற வழி நடைக்கால்ப்
போக்குக்கில் தடி 2இல் ஏருங்க

7   திருந்தடுத்துக் கொள்ளப் பெறுவாராகவு தடுத்த
பொருளுக்கு அழிவுவரில் தடுத்தான் மேலும் பொருளெலெலுந்
சார்பிதாகவும்

8   இந்த உபையங்கொண்டு நயினார்ராசிலும் மேலும்
கும்ம ... நாயனமராகிலும் ஆண்டுதோறு திருக்கல்லியாணந்
செய்துபோது

9 வார்களா இப்படி சம்மதிச்சு இம்முறியாயிட்டு குடுத்த
... கலியுகமெய்யனேன் சோழபாண்டிய பிச்ச நயினார்க்கு
இப்படிக்கு

10 இவை பிள்ளையான் கலியுக மெய்யன் எழுத்து

9

நில ஈட்டு ஓலை

ம.ஆ. 630 ஆனி 8

கி.பி. 1455

இது நில ஒற்றி ஓலை. அழகியபாண்டியபுரம் குருந்திடங்கனான
வானவன் வயிராவணன். இந்த ஊர் நயினார் சேந்தரீசுவரமுடைய
நயினார் (பணிசெய்யும்) அய்யன் முதலியார்க்குக் கொடுத்த
நில ஒற்றி ஓலை. 20 பணம் கடன் வாங்கியது பற்றியது. இதற்கு
ஒற்றியாகக் கொடுத்த நிலம் பற்றிய விவரம் உள்ளது. கடன்
கொடுத்தவர் ஒற்றியாகக் கொடுத்த நிலத்தை அனுபவிப்பதில்
பிரச்சினை வந்தால் தன் நடைமாடுகளைப் பறிக்கலாம் என்றும்
அது தொடர்பான நஷ்டங்களைத் தான் தீர்ப்பதாகவும்
குறிப்பிடுகிறார். இந்த ஆவணத்தில் கோட்டாறு என்ற பெயரே
முன்நிறுத்தப்படுகிறது. நாகர்கோவில் என்னும் பெயர் 16 நூற்.
பாதிவரை வழக்கில் இல்லை என்பதும் இதனால் தெரிகிறது.

1 கொல்லம் 630ஆம் ஆண்டு ஆனி 8 நாஞ்சிநாட்டு
அதியனூரான அழகியபாண்டியபுரத்து குருந்திடங்

2 னான வானவன் வயிராவணனேன் ஊரிது நயினார்
சேந்தனீசுவர முடைய நயி ... அய்

3 யயள் முதலியானுக்கு நிலவொற்றித்தீட்டிக்கு குடுத்த
பரிசாவது இவர் பக்கல் இற்றைநாள்வரையில்

4 ...ன் மேனி கலியுகராமன் பணம் 20 இப்பணம் இருபதும் பொலிசை சாத்தி இறைவொற்றி வைத்ததுக்கு குடுத்த நிலமாவது

5 பற்றில் கோட்டாற்றில் அறிவிக்காலாலும் நீர்பாயும் பத்தலவாயில நான் அஞ்சாலிடுறுத்த நிலம் கிழக்க

6 ணைய தடி ... இந்நாள் முதல் புகுவொற்றியாகக் கையாண்டு தான் வேண்டு

7 அயல்படு கடமை யிறுத்தனுபவிப்பவராகவும் அனுபவிக்கு மிடத்து அநுபோக விரோதம் வருகில் என்றன்

8 ... நடையிலழியத்தடுத்து அனுபோக விரோதம் தீர்பிச்சுக் கொள்ளவும் தடுத்த பொருளுக்கு அழிவு வருகில்

9 ... சார்பிதாகவும் இப்படிச் சம்மதித்து இந்நிலவொற்றித் தீட்டிட்க்குக்கு குடுத்தேன் வானவன் வயிராவணன் ... பணம் இருபதுக்

10 கும் குருந்திடங் கொண்ட சீகிருட்டிணன்வானவன் வயிராவணன் எழுத்து

11 னென ஆளூர் நகரத்து சூரனைவென்றான் எழுத்து.

10

ஈடு நில ஓலை

ம.ஆ. 632 வைகாசி 9

கி.பி. 1457

இது ஒற்றி ஓலை. ஆளூரான விக்கிரம சோழபாண்டியபுரத்துக் குமரன்கேரளன் குமரன் எழுதிக்கொடுத்தது. ஆளூர் முதலியார் பங்கு வகிக்கும் நகரத்து சபையில் 25 பணம் கடன் கொண்டனர். இதற்கு ஈடாக வைத்த நிலம் பற்றிய விபரம் ஓலையில் உள்ளது.

1 கொல்லம் 632 வருஷம் வைகாசி மாதம் 9தேதி செய்த ஒற்றி ஓலைக் கரணமாவது ஆளூரான விக்கிரமசோழ பாண்டியபுரத்து (குகைக்கைபடி)

2 கொல்லச்சிலாகை பதினெட்டு மேனி அச்சு 14 னால் பணம் 25 கடம் கொண்டோம் மேற்படி நகரத்து வளத்தான் சேரமாண்டாரும் சபை

3 கடவேகமாய் இவ்வச்சு பதினாலுக்கும் இவர்களுக்கு நாங்கள் ஒற்றிவைத்துக்குடுத்த நிலமாவது சுனை நீர்க்குறிச்சித் தேவர்க்குளத்தால் நீருண்டிரு

அ.கா. பெருமாள்

4 க்கும் பெருநான்கெல்லை கீழெல்லை புளியறை துடவயல்களுக்கு மேற்கு தென்னெல்லை தலைச்செட்டியார் வட்டத்துக்கு வடக்கு

5 போக்கு காலுக்கு தெற்கு இவ்விசைந்த பெருநான்கெல்லை நடுவில் கிடந்த நெடுங் கண் நிலம் இருதூணி உண்ணி மொழி வென்றி யேக

6 வளைக்காண் சேரமாண்டாரும் . . . மோம் குமரன் கேரளனுமக்குமரன் அய்யப்பனுக்கு குமரன் கோளறு

7 அயல்படு கடமையுமுறுத்து அனுபவிக்குமிடத்த . . . அனுபோகவிரோதம்

8 தடுத்த பொருளுக்கு அழிவு வருகில் தடுத்தாயேலும் பொருள் மேலும் சார்பிதாகவும் இப்படி சம்மதித்து இவ்வச்சு பதினாலும் கொண்டு

9 இந்நிலம் . . . டாரும்

குமர மகுமரன் கேரளனுக்கு குமரன் அய்யனுக்கும் இப்படிக்கு இவை சேரமாண்டான் எழுத்து.

11

ஸ்ரீதன ஓலை

ம.ஆ. 633 அய்ப்பசி 25
கி.பி. 1458

புறத்தாய நாட்டு (திருநெல்வேலி மாவட்டத்தின் தென் பகுதி) அன்னநல்லூர் சோமாண்டான் என்பவன் தன் தங்கையை நாஞ்சில் நாட்டு அழகியபாண்டியபுரம் ஊர் மணவாழப்பிள்ளை (மகிழலங்காரச் செட்டி) என்பவருக்கு மணமுடித்துக் கொடுத்தான். அப்போது அவளுக்கு ஸ்ரீதனமாகக் கொடுத்தவற்றை இந்த ஆவணத்தில் பதிவுசெய்திருக்கிறான். ஸ்ரீதனப் பொருட்கள் வருமாறு

1 புதுக்குளம் நடுவுமடை அருகே வயல் ஒருதடி

2 பறையர் அடிமைகள். பெயர் மனவி; இவளது மகன் ஒருவன்; வெள்ளாட்டி உமையாண்டி அடிமையும் அவள் மகள் பிச்சியும்

3 கன்றுகாலிகள் நான்கு

4 அழகியபாண்டியபுரம் தெற்கு தெருவில் கோவிந்த காங்கேயர் குடியிலிருந்து சென்ற வீடு ஒன்று.

இவற்றை எல்லாம் சோமாண்டான் பரம்பரையாக ஆண்டு அனுபவித்ததாகக் குறிப்பிடுகிறான்.

இந்த ஆவணம் ஸ்ரீதனப்பிரமாண ஆவணம். இது பதிவு செய்யப்பட்டிருக்கிறது. இதனால் 16ஆம் நூற்றாண்டில் அடிமைமுறை சாதாரணமாக வழக்கில் இருந்தும் அது பதிவு செய்யப்பட்டதும் தெரிகிறது.

இந்த ஆவணம் பொடிந்த நிலையில் உள்ளது என்றும் சில பகுதிகளைக் கொண்டது என்றும் கவிமணி குறிப்பிடுகிறார்.

1 கொல்லம் 633 அற்பசி 25 பூர்வபச்சத்து திரையுபதி நாள் செய்த ஸ்ரீதனப்பிரமாணமாவது புறத்தானாட்டு அன்னநல்லூர் வளத்து வாழ்வித்த சோமாண்டானேன்

2 என்னுடன் பிறந்த . . . யாண்டாரை விவாகம் செய மணவாளப்பிள்ளை நாஞ்சிநாட்டு அதியனூரான அழகிய பாண்டியபுரத்து குரு . . . திடத்து கொண்டோன் சீருடையானே . . .

3 மகிழலங்கார . . . என்னம்மை சீதனம்பெற்று டையோனாய ஆண்டவனுபவித்து வருகிற புதுக்குளம் நடுவில் மடையில் தடி 22

4 ருனிவிட்டு . . . காலுக்குகீழ்

5 நாங்கள் குருபரமுடையோமாய் ஆண்டனுபவித்து வருகிற பறைச்சி மனவி, மகன் . . .

6 மனவுறும் . . . வெள்ளாட்டி உமையாண்டி மகள் பிச்சியும் கன்றுகாலிஉரு நாலும் மனையாவது அழகியபாண்டியபுரத்து நகரத்து தெற்கு தெருவில் கோவிந்த காங்கேயர் குடியிருந்து போந்த

7 மனையில் ஒன்று பாதியில் . . . செட்டியார் ஒன்றுபாதி நிலமனை பாதியும் ஆக வகைப்படி உள்ள நிலமும் பறையடிமையும் கன்றுகாலியும் சீதனமாகக் கொடுத்தேன்.

8 என்னுடன் பிறந்தாளை விவாகம் செய்த மணவாளப் பிள்ளை மகிழலரங்காரச் செட்டியார்க்கு

9 . . . வளத்து வாழ்வித்த நம்பி சோமாண்டான் எழுத்து

12

ஈடு ஓலை

ம.ஆ. 636 சித்திரை 12

கி.பி. 1461

இந்த ஒற்றி ஓலை மலையாள வருஷம் 636 சித்திரை 12ஆம் தேதியில் (கி.பி. 1461) எழுதப்பட்டது. இதை எழுதிக் கொடுத்தவர் மலைமண்டிலம் புதுவூர் குமரன் மயிலேறும் பெருமாள் ஆவார். இவர் ஆளூர் என்ற விக்கிரசோழ பாண்டியபுரத்து திருவம்பலமுடையாருக்கும் வயிராவணனான வணிக சூளாமணிச் செட்டியார் என்பவருக்கும் எழுதிக் கொடுத்த ஒற்றி ஓலை. ஒற்றிக்கு வாங்கிய பணம் 822 ஆகும். இந்தப் பத்திரம் பதிவுசெய்ய ஆளூர் நகரத்துக்கு அதிகாரிகளுக்குப் பணம் கொடுத்த விவரம் உள்ளது. இந்த ஓலையில் வணிகர் பெயர் சூளாமணிச் செட்டியார் என்னும் வயிராவணவர் குடும்பத்தினர் ஆவார். இதனால் அழகியபாண்டியபுரம் முதலியார் குடும்பத்தினர் செட்டியார் என்னும் சாதிப் பெயரையும் சேர்த்திருக்கின்றனர் என்று தெரிகிறது. வேளாளர், செட்டியார், முதலியார் சாதிகளுக்குள் திருமணம் நடத்திருக்க வேண்டும் அல்லது மூன்றும் ஒன்றாகக் கருதப்பட்டு ஒரே நேர்கோட்டில் வைக்கப்பட்டிருக்கலாம். கைக்கோளர் (செங்குந்த முதலியார்) சாதியினரைப் பற்றிக் கன்னியாகுமரிக் கல்வெட்டு களிலும் செய்திகள் வருகின்றன. இவை முதலியார் ஓலைகளுக்கு ஒத்துப்போகின்றன.

1 கொல்லம் 636 சித்திரை 12 மலைமண்டிலம் புதுவூர் குமரன் மயிலேறும் பெரும . . .

2 ஆளூரான விக்கிரம சோழ பாண்டியபுரத்து திருவம்பலமுடையானுக்கும் வா . . .

3 னனான வணிகர் சூளாமணிச் செட்டியாரோடு ஒற்றி கொண்ட ஒற்றி ஓலை. . . .

4 அஞ்சாலியாலும் நகரத்தார்க்கு இறுத்த வழிகலத்தாலும் பணம் 822

5 எண்ணூற்றிருபத்திரண்டரையே மாகாணியும் கோட்டை மூன்றே . . .

6 எழுதித்தந்த வாயோலையும் அஞ்சாலிக் குறிகளும் வழிக்கலக்குறிகளும் எ . . .

7 நம்பி பிள்ளையாண்டானுக்கும் கடையன் திருவம்பல முடை ...

8 கைக்கோளரில் யீச்சுவரனின் எழுத்து

13

குத்தகை ஓலை

ம.ஆ. 637 ஆடி 10
கி.பி. 1462

செட்டியார் ஒருவர் சாம்பவர் சாதியைச் சார்ந்த ஒருவருக்கு நிலத்தைக் குத்தகைக்கு விட்டிருக்கிறார். இதுகுறித்த வழிக்கலமுறி ஒற்றி ஓலை ஆவணம் இது. மலையாள ஆண்டு 637 ஆடி மாதம் 10ஆம் தேதி (கி.பி. 1462 ஜூலை – ஆகஸ்ட்) எழுதப்பட்டது இது.

நாஞ்சில்நாட்டு தோவாளை வட்டம் அழகியபாண்டியபுரம் ஊரிலுள்ள அண்ணாமலைப் பெருமாளான சுந்தரச் செட்டியும் தென்னவன் செட்டியும் கேசவன் சாம்பான் என்பவனுக்குக் கலியுகராமன் பணம் நான்கிற்கு ஒரு நிலத்தை ஒற்றியாக எழுதிக் கொடுத்த செய்தியை இந்த ஓலை கூறுகிறது. பணம் வாங்கிக்கொண்டு நிலத்தைக் கொடுப்பது வழிக்கலமுறி எனக் குறிக்கப்படுகிறது.

ஒடுக்கப்பட்ட சாதியைச் சார்ந்த சாம்பான் கேசவன் ஒரு நிலத்தை ஒற்றி எடுப்பதும் அதற்குப் பணம் கொடுப்பதுமான செய்தி முதலியார் ஆவணத்தில் குறைவாகவே உள்ளது. சாம்பானுக்கு நிலத்தைக் கொடுத்தவர்கள் செட்டியார்கள். இதை அன்றைய நிர்வாகம் தடுக்கவில்லை. செட்டியாருக்குப் பணம் கொடுக்கும் அளவிற்கு சாம்பவர் சாதியினர் இருந்தனர் என்பது ஒரு செய்தி. அதோடு சாம்பவர் சாதியினரான கேசவன் வைத்துக்கொண்ட பெயர் உயர்சாதியினராகக் கருதப் படுபவர்களும் சூட்டிய பெயர்.

இந்த ஓலை ஆவணம் எழுதப்பட்ட காலத்தில் தென்குமரிப் பகுதி வேணாட்டின் கீழ் இருந்தது. அக்கால வேணாட்டு அரசர் வீரராம மார்த்தாண்டவர்மா குலசேகரர் ஆவார். வேணாட்டின்கீழ் திருநெல்வேலி மாவட்டம் களக்காடு வரையுள்ள பகுதிகள் இருந்தன.

1 கொல்லம் 637ஆம் ஆண்டு ஆடி மாதம் 10ஆம் தேதி நாஞ் சிநாட்டு அதியனூரான அழகியபாண்டியபுரத்துப் பெருமாள் அண்ணாமலைப் பெருமாளான சுந்தரபாண்டியச் செட்டிக்கு

அ.கா. பெருமாள்

2 தடுத்தாட்கொண்ட மேற்படி ஆள் தென்னவன் செட்டியாம் கேசவன் சாம்பானுக்கு வழிக்கலமுறி எழுதிக் கொடுத்த

3 பரிசாவது இந்த நாள் இவன் பக்கல் வாங்கின நெல்மேனி கலியுகஇராமன் 4 இப்பணம் நாலுக்கு இவனுக்கு

4 ஒற்றி உள்ள புதுக்குளம் மேல மட தடி 12 அளவின்படி உள்ள நிலம் முன்னொற்றி மீளும் பொழுது

5 இப்பணம் முன்குடுக்க பின்னொற்றி கொள்ளுவோமாகவும் மேற்படி சம்மதிச்சு வழிக்கலமுறி எழுதிக் கொடுத்தோம்.

6 சுந்தரபாண்டியச் செட்டியும் தென்னவன் செட்டியும் கேசவச் சாம்பானுக்கு . . .

7 இப்படிக்குத் தென்னவன் செட்டி எழுத்து

14

கடன் பத்திரம்

ம.ஆ. 641 ஆனி 4

கி.பி. 1466

இது படுகலமுறி. மலையாள ஆண்டு 641 ஆனி மாதம் 4ஆம் தேதி (கி.பி. 1466) எழுதப்பட்டது. இந்தப் படுகலமுறி ஓலை, ஆளூர் என்ற விக்கிரமசோழ பாண்டியபுரம் ஊரிலுள்ள திருக்குறுங்குடி செல்வன் என்பவனிடம் குமரன் என்பவன் அன்று நடைமுறையில் இருந்த கொல்லக் செலாகை பதினெட்டு மேனி ஒரு அச்சு கடனாகப் பெற்றான்.

இந்தக் குமரன் ஆளூரில் சோழபாண்டீஸ்வரமுடைய நயினார் கோவிலில் பணிசெய்யும் தேவபுத்திரர்களில் இளையவனாவான். இவன் கடன் கொண்ட தொகைக்கு நெல்லைப் பலிசையாகக் கொடுப்பதாகச் சம்மதித்து எழுதிக் கொடுத்தான்.

இந்தப் பலிசையை ஒழுங்காகக் கொடுப்பதாகவும் அப்படிக் கொடுக்கவில்லை என்றால் தனக்குச் சொந்தமாக உள்ள வயக்காள் குளத்தின்கீழ் உள்ள மேலமடையைத் தொட்ட நிலத்தை உழும்போது, தடுத்துப் பிரச்சினை செய்யலாம் என்றும் அப்படித் தடுக்கும்போது, அழிவு வந்தால் அதற்கும் ஈடாகத் தன் நடைமாடுகளை எடுக்கலாம் என்றும் சம்மதித்து எழுதிக் கொடுத்துள்ளான்.

இந்த ஆவணத்தை எழுதிய குமரன் படிக்காதவன் ஆகையால் மேற்படி நகரத்துக் கண்டன் கூத்தன் நகர சேனாபதி எழுதினான்.

1 கொல்லம் 641 ஆனி 4 ஆளூரான விக்கிரம சோழ பாண்டியபுரத்து திருக்குறுங்குடி செல்வன் கையால் அன்றா ...

2 44 கொல்லச் செலாகை பதினெட்டு மேனி அச்சு 1க் கடங்கொண்டேன் மேற்படி நகரத்து நயினார் சோழபாண்டிய

3 ...ா முடைய நயினார் கோயிலில் தேவபுத்திரரில் குமரன் இளயியாயினேன் கொண்டேன் கொண்டு கடவேனால அவ்வச்சு ...க்கும்

4 பூ வழி அச்சுக்கு அன்றா ... கோட்டை நெல்லு விழுக்காடு பொலிசை பொலிவதாகவும் இப்படி பொலிந்த பொலிசை ...

5 முதலுமுடையான் வேணுமெங்கிலுமாக குடுப்பேனாகவும் குடாதொழியில நானொற்றி கொண்முடையாய் ஆண்டனுபவித்து

6 வருகிற அயிக்கான குளத்தின்கீழ் மேலமடை ... நெடுங்கல் ... உழுதலும் ... ருங்க திருந்தடுத்து விலக்கி.

7 டி ... கொளவித்து திருக்குறுங்குடிச் செல்வனான தடுத்தா ... அழிவு வருகில் தடுத்தார் மேலும் ...

8 ரு பாடி சம்மதித்து அச்சு ஒன்று கொண்டு இப்படுகல முறி எழுதிக்குடுத்த குமரன் ... தற்குறிக்கு தற்குறி

9 ந்தேனும் ... சொல்ல ... படுகலமுறி எழுதினேன் மேற்படி நகரத்து கண்டன் கூத்தனாய நகர சேனாபதிகள் எழுத்து

15

நில ஈடு ஓலை

ம.ஆ. 642 வைகாசி 3

கி.பி. 1467

இது ஒற்றி ஓலை. நாஞ்சில் நாட்டு அதியனூரான அழகிய பாண்டியபுரத்து நம்பிபிள்ளை ஆண்டானான உலக மாணிக்க செட்டி என்பவன் ஆளூரில் வாழும் கிருட்டினரான மகிழலங்காரச் செட்டியார்க்கும் வானவன் வயிராவணருக்கும் இசைவு முறிவு குடுத்த ஒற்றி ஓலை இது. இப்படி ஒற்றி எடுத்த நிலத்தின் நெல் கொடுப்பது தொடர்பான செய்தி குறித்தது இந்த ஆவணம்.

1 கொல்லம் 642ஆம் ஆண்டு வைகாசி 3 தேதி நாஞ்சி நாட்டு அதியனூரான அழகியபாண்டியபுரத்து நம்பிபிள்ளை யாண்டானான உலக மாணிக்க செட்டியேன் இந்நகரத்து குருந்கிடங்கொண்டான்

2 சீ கிட்டினானான மகிழலங்காரச் செட்டியார்க்கும் வானவன் வயிராவணர்க்கும் இசைவு முறி குடுத்த பரிசாவது நான் இவர்களுடன் ஒற்றி கொண்ட ... குறுணிதடி 4 இரண்டுமா இவற்றுள் ஒற்றி மாவில்

3 குடுத்து மேற்படி குடுக்க வேண்டும் 33ம் முக் ... கோட்டை முப்பத்து மூன்று மா முக்காணியும் நாற்பத்து மூன்றாமாண்டு மார்கழி மாதம்

4 இன்னிலம் இரண்டுமாவின் கீழனாயே மூன்று மா முக்காணியில் வடக்கு தடி 3 கார்ப் பசானம் இவர்கள் கையாண்டு கடமையும் இறுத்துக்கொள்ளுவாராகவும்

5 முப்பத்துக்குள்ள நெல்லுக்குடாதொழிகில் நாற்பத்து நாலாமாண்டும் நிலம் ஒரு மாவின் காலும் கையாண்டு கொள்ளுவாராகவும் மகிழலங்காரச் செட்டியாரும்

6 வானவன் வயிராவணரும் மார்கழி மாதம் முப்பதுக்குள்ள நெல் பற்றிக் கொள்ளாராகில் நடுவன் வசத்திலே நெல்லும் குறைதீந்து நாலாமாண்டு இந்நிலம் ஒரு மாவின் காலும்

7 ... கையாண்டு கொள்ளுவாராகவும் இப்படி சம்மதித்து இசைவுமுறி இட்டுக் குடுத்தேன் உலக . . . மகிழலங்காரச் செட்டியார்க்கும் வானவன் வயிராவணர்க்கு

8 ... பிள்ளையாண்டானான உலக மாணிக்கச் செட்டி எழுத்து. மகிழலங்காரச் செட்டி எழுத்து வானவன் வயிராவணர் எழுத்து

9 இவர்கள் சொல்ல இந்த இசைவுமுறி எழுதினான் பெருமாள் தடுத்தாட்கொண்ட (நம்பி ஆன தென்னவன் செட்டி எழுத்து)

16

வாலோலை

ம.ஆ. 642 பங்குனி 20

கி.பி. 1467

நாட்டாற்றுப் போக்கு வைகுந்தவளநாட்டு ஏறுவாடி (திருநெல்வேலி மாவட்டம்) நரலோக நாதநல்லூர் சாத்தான்

கேரளன் ஆன வீரகேரளச் செம்பி தாயாருக்கு மலைமண்டிலத்து வயக்காலூர் அய்யப்பன் நாராயணன் நம்பி என்பவன் எழுதிய வாயோலை.

முன்பு கடுக்கரை ஊரில் ஒற்றியாகக் கொண்ட கீழப்பற்றில் உள்ள 5 தடி நிலம் . . . இந்த நிலம் இரண்டும் ஒற்றி; முன் ஓலைப்படி 90 பணமும் வழிக்கலப் பணம் 19உம் ஆக 109 பணம் பற்றிக் கொண்டு ஓலையும் எழுதிக் கொடுத்த வாயோலை

1 கொல்லம் 642 வருஷம் பங்கூனி மாதம் 20 தேதி நாட்டாற்றுப் போக்கு வைகுந்த வளநாட்டு ஏறுவாடியான நரலோகநாத நல்லூர்

2 சாத்தான் கேரளன் ஆன வீரகேரள செம்பி தாயார்க்கு மலைமண்டிலத்து வயக்கலூர் அய்யப்பன் நாரண நம்பியென் வாயேலை எழுதிக்குடுத்த பரி

3 சாவது முன்கடுக்கை அரையி ... ஆண்டு ஒற்றிகொண்ட கீழப்பற்று தடி5 மா2 முந்திரி (இன்னி)

4 லம் இரண்டுமா முந்திரிகைக்கு ஒற்றி ஓலைப்படி பணம் 90ம் வழிக்கலத்தால் பணம் 19ம் ஆக வகைப்படி பணம் 109ம் இப்பணம் நூற்றி ஒன்பதும் இவர் கூட பற்றிக்

5 கொண்டு ஒற்றி ஓலையும் எடுத்து குடுத்து வாயோவையும் எழுதிக் குடுத்தேன் அய்யப்பன் நாராயணநம்பியேன் கேரள செம்பி தாயர்க்கு

6 இப்படிக்கு இவை அடியவனான அய்யப்பன் நாரணம்பி எழுத்து

17

நிபந்த ஓலை

ம.ஆ. 643

கி.பி. 1468

மிகப்பழைய ஓலை. 13 வரிகள் முழுமையாக உள்ளன. வேணாட்டின் தலைநகராக இருந்த பத்மநாபபுரத்தில் ஸ்ரீ பத்மநாபன் மடம் இருந்தது. அங்கு சங்கர நாராயண. மார்த்தாண்டன் பூசை நடப்பதற்கு வேணாட்டு அரசர் ஆணையிட்டிருக்கிறார். இந்த அரசர் பெரும்பாலும் கோத ஆதித்யவர்மா என்ற அரசனாகவும் இருக்கலாம்.

அரசர் இந்தத் திருமடத்திற்கு பூசை நடக்கவும், பிராமண போஜனத்திற்கும் நிபந்தமாக நிலம் கொடுத்திருக்கிறார். இந்த நிலம் நாஞ்சில் நாட்டு அழகியபாண்டியபுரம் ஊர் பற்றில் இருந்தது. இந்த நிலத்தின் எல்லை குறித்த விவரம் விரிவாக வருகிறது.

இந்த ஆவணத்தில் குறிப்பிடப்படும் தேவேந்திரன் குன்று, பொய்கைபட்டி (மலை) தென்பாறை குளம், செவ்வரி வீரன் மலை, தெள்ளாந்தி குளம், கேசவநல்லூர் குளம், திரிசரங்கோப்பு, அலத்துறைகால், சந்தவிளை, கொற்றவன் பாறை ஆகிய இடங்கள் கால்கள், குன்றுகள் ஆகியன இதே பெயரில் இப்போதும் அழைக்கப்படுகின்றன.

காராண்மை, காணியாட்கை, வலங்கை, இடங்கை, கொழுந்து, கடமை என்னும் கோவில் நிர்வாகம், சமூகம் குறித்த சொற்களும் இதில் வருகின்றன.

1. பெருமாள் சீ பற்பனாபப் பெருமாளுக்கு நாம் கற்பித்த சங்கரநாராயண மார்த்தாண்டன் பூசை நடக்கும் சீபத்மநாபன் திருமடத்தில் பூசைக்கும் நமக்காரம் உட்பட்ட (வகைக்கும்)

2 நாஞ்சில் நாட்டில் அழகியபாண்டியபுரம் பற்றில் கீழ் பற்றில் தெற்கு அடையவிட்டுக் கொடுத்த பற்றுக்கு எல்கை ஆவது கீழ் எல்கை தேவேந்திரன் குன்றுக்கும் பொய்கைப்பட்டி (மலைக்கும்)

3 மேற்கு தென்எல்கை செவ்வரி வீரன் மலைக்கும் மலையில் நின்றும் தென்பாறைக்குளத்துக்குப் பாய்கிற காளை ஆற்றுக்கும் தெள்ளாந்திக்குளத்தில் நீர் நக்கலுக்கும் வடக்கு மேல எல்கை வடபாறைப் பற்றில்

4 தோப்புக்கும் அரசடி கோணத்துக்கும் கேசவ நல்லூர் குளத்தில் நீர் நக்சலுக்கும் அலத்துறை காலுக்கும் கிழக்கு வடஎல்கை அலத்துறை ஆற்றிற்கு தெற்கு ஆக இந்நான்கு எல்லைக்கு உள்ளும் (முன்னால்)

5 இம்மடத்துக்கு விட்டுக்குடுத்த வடபாறைப் பற்றையும் திரிசரங்கொப்பு பற்றையும் உட்பட கையாண்டு போதுகிற பற்று உடன் விட்டுக்குடுத்த பாட்ட உழவான கொற்றவன் பாறைப் பற்றில் (கலப்பக மேலது)

6 கேசவன் கிழனான் (கிருஷ்ணன்) தானம் நிலம் இரண்டு மாவும் காரம்புச் செட்டுத் திருவேங்கடமுடையான் சரச்சொதி (சரஸ்வதி) தானம் நிலம் இரண்டு மாவும் ஆகத்தானம் நிலம் நாலு மாவும் நீக்கி உள்ள நிலமும் அரியா (ன் காடறே)

7 உள்ளிட்ட பற்று நிலமும் ஆகப்பற்று இரண்டினால் உள்ள நிலம் அடங்கலும் சுரமும் காராண்மை உட்படவும் விட்டுக்குடுத்து தாங்கள் காணி ஆட்சைப் பற்றான கடம்போடு விளாகம் சுந்தரன்குழி புயங்கன் காடேறு வாகுவிளை திருத்து பூவன்குழி முத்தலைப்பறம்பு மெட்டு முத்தலை

8 பறம்பு வாழவல்லான் பொறைப் பள்ளச் செய்யப்பழனம் கணக்கன் கோணம் பள்ளச் செய்பள்ளச் செய்ப்பத்தலமுகம் சீழைப்பள்ளச் செய் குருகாபள்ளம் பட்டாரி கோணம் தலைச்செட்டி காடேறு காரிசாடேறு புறவடைப்பு கொல்லன் காடேறு வாகையொரு காடேறு கெனா திருளம் தென்சோதி புது

9 குளம் சந்தவிளை திருத்து துடிக்கொம்பு ஆராங்கால் பரசூர இராமன திருத்து நாகன் காடேறு ஆகப்பற்று இருபத்து ஏறினால் இறங்கல் முதுதரிசு உட்பட நிலம் நூற்று ஐம்பத்து இரண்டு மரக்காணியின் கீழ் மாகாணியும் மற்றுமு இவா எல்லகைக்கு உள்ளா காடு மேடும் கரையற்று மலைப்பற்று பட்டி வாரியம் உளத்தைப் பாட்டம்

10 காணாப்பாட்டம் பாசிவிலை ஆணை மறை குற்ற தண்டம் புறமுதல் செக்கு இறை தறிக்கடமை பட்டடை தரகு உள்ளாயம் இடங்கை வலங்கை கொழுந்து கடமை வெருகும் புலியும் கும்புளும் ஆயணியும் மாவடை மரவடையும் மற்றும் நாம் கொள்ளும் கொள்முறையாடு ஏற்பெற் பட்டதும்கூட அறுநூற்று நாற்பத்து மூன்றாம் ஆண்டு

11 கார் முதலுக்கு விட்டுத் தரவும் குடுத்த அளவுக்கு தாங்களும் இம்மருயாதியாலே இந்நாள் முதலுக்குச் சீபராங் குச தாசர்கு குடிமையும் வழங்கி இவ்வெல்கைக்கு உள்ப்பட்ட பற்றில் வகைப் படியெ உள்ள நெல்வகை கரைப் பற்றுப் பணாவகை உட்படக் கொண்டு போதும் கொள்முறை

12 எப்பெறப்பட்டதும் மேற்படிப்பற்றில் மடத்தில் கொண்டு சென்று குடுத்துப்போதும்படி அறுநூற்று நாற்பத்து இரண்டாமாண்டு ஆனி மாதம் முப்பத்து ஒன்றாந்தியதி கற்பித்த அளவுக்கு இம்மருதியாதியாலே இவ்வெல்லைக்கு தோரணமும் இருவித்துக்கொண்டு குடிமையும் வழங்கி நெல்வகை பணவைக

13 உட்பட முதலாம் முதல் அடங்கலும் மேற்படி மடத்தில் கொண்டு சென்று குடுத்துப் போதும்படி அழகியபாண்டியபுரத்தில் நகரத்தார்க்கு தீட்டுவிட்டுவிடு என்று திருவுள்ளமாய நீட்டு

18

ஈடு ஓலை

ம.ஆ. 645 ஆவணம் 14

கி.பி. 1469

கோட்டாறான சோழ கேரளபுரத்துப் பெருமான் திருவம்பலமுடையான் என்பவன் உமையான் பிள்ளை பெருமாளுக்கு முறியிட்டுக் கொடுத்த படுகல ஒற்றி ஓலை இந்த ஆவணம். திருவம்பலம்பிள்ளை உமையான்பிள்ளையிடம் வாங்கிய கடனுக்கு, அவருடைய சிறிய தந்தை ஈச்சன்குட்டி என்பவர் சீதனமாகப் பெற்ற நிலத்தைத் தான் வாங்கிய கடனுக்கு ஈடாக வைத்தார். கடனுக்காக உள்ள பலுசையைக் கொடுக்கவில்லை என்றால் உள்ள நிபந்தனை ஆகியவற்றை இந்த ஆவணம் கூறுகிறது. இது முழுமையில்லாத ஆவணம்.

1 கொல்லம் 645ஆம் ஆவணி மாதம் 14ஆம் தேதி திருக்கோட்டாறான சோழ கேரளபுரத்து பெருமாள் திருவம்பலமுடையான்

2 உடையான்பிள்ளை பெருமாளுக்கு முறியிட்டுக் குடுத்த பரிசாவது எங்கள் சிறிய தகப்பனார் குன்றன் யீச்சகுட்டி இவர்கள்

3 கொண்டு சீதனம் பெற்ற நிலத்தின் மேலே பெருமா பண்டாரத்திலே படுகலமாக இட்டு வல்ல நாட்டில் வாங் . . .

4 தாம் குடுத்த . . . பலிசை கூட்டி குடுத்த . . . ஆக . . . இவ்வாண்டு காரில் குடுக்கும்

5 ஆக 3ம் இம்மரிசாதி குடுபபேனாகவும் கூடாதொழிகிலே முறிஇட்ட நாள் முதல் பத்துக்கு இரண்டு விழுக்காடு பலிசை

6 குடாதொழுகில் என் நடை மாடு செய்கால் அய்வகைப்பட்ட பயன்படு பொருளும் நடையில் அழிய

7 தடுத்த பொருளுக்கு அழிவு வருகில் தடுத்தார் மேலும் பொருள் மேலும் . . . சார்பிதாகவும் முறி கொடு வந்தார் வசம் முன்பேனாகவும்

8. இம்முறி இட்டுக்குடுத்தேன் பெருமான் திருவம்பல முடையானேன் உமையக்குட்டிப் பிள்ளை பெருமாள் எழுத்து

9 . . . திருவம்பலமுடையான் எழுத்து இந்நகரத்து இவர்கள் சொல்ல எழுதினேன் தாணுவன் எழுத்து

19

நிலவிபர ஓலை

ம.ஆ. 648 ஆவணி 15

கி.பி. 1473

ஒரு நிலத்தின் எல்கை பற்றிய ஆவணம், இதில் அழகியபாண்டிய புரம் முதலியாரின் குடும்பத்தினரின் விருதுப்பெயர்களான சேர கோனார், வானவன் வயிராவணர், வணிகராமர் என்றும் பெயர்கள் வருகின்றன. ஊர் பொறுப்பு நிர்வாகம் கவனித்தவர் நகர சேனாதிபதி என்னும் பெயரால் குறிக்கப்பட்டிருக்கிறார்.

1 கொல்லம் 648 வருஷம் ஆவணி மாதம் 15 தேதி நாஞ்சிநாட்டு அதிகனூரரான

2 சுவாமியும் சேரகோனாரும், வானவன் வயிராவணரும் நகரு . . .

3 செந்தரபாண்டிய

4 கீழத்தெருவில் திருசு

5 தென்எல்கை (சோலமலை)

6 மனையும் மாவடை மரவடையும் அன்னாள் முதல் விடுதி மனையாக ஆ

7 இப்படிக்கு நகரத்தார்களில் வணிக இராமர் எழுத்து உலக மாணிக்க

8 நகர சேனாபதி எழூத்து அழகைக் கோனார் எழூத்து வணிகை

20

நிபந்த ஓலை

ம.ஆ. 653 மார்கழி 14

கி.பி. 1477

கோட்டாறு எனப்படும் சோழ கேரளபுரத்து வடுகன் ஈஸ்வர முடையார் கோவிலில் பணிபுரியும் தேவரடியாரில் சங்கர பிள்ளை என்பவரின் மகள் உமையம்மை என்ற பெண்ணின் பொறுப்பில் விடப்பட்ட நிலம் குறித்த நிபந்த ஓலை இது.

முன்குறித்த வடுகன் ஈஸ்வரமுடைய நயினார் கோவிலில் கணக்கனாகப் பணிபுரியும் கைக்கோள சாதியினரான

திருவம்பலமுடையார் உமையம்மாவிடம் தன் நிபந்த விதிகளை எழுதிக் கொடுத்திருக்கிறார். நிபந்தம் நடக்கும்படி கற்பிக்க கோவில் ஆளூரான விக்கிரமசோழ பாண்டியபுரத்து சோழபாண்டீஸ்வரமுடையார் கோவிலாகும். இங்கு சித்திரை விஷு, அய்ப்பசி விஷு, ஆடி அயனம், தை அயனம் ஆகிய நான்கு விஷேசங்களிலும் கலசபூசை செய்து விஷேசபூசை நடக்கக் கேட்டுக்கொண்டிருக்கிறார்.

இதற்காக இவன் கொடுத்த நெல் கணக்கு பின்வருமாறு: அமுதுபடிக்கு நீராஞ்சனம் ஆகியவற்றிற்கு 20 நாழி நெல், ஒரு தேங்காய் காய்கறி அமுதுக்கு 3 நாழி நெல் விளக்கெரிக்க உழக்கு எண்ணெய்க்கும் நெய்க்கும் 4 நாழி நெல், கலசத்தின் அடியில் பரப்பிவைக்கப்படும் நெல்லுக்கு 3 நாழி நெல், பூக்களின் தட்சணைக்கு 10 நாழி நெல் ஆக 40 நாழி நெல் என்பது கணக்கு. இது தவிர உவச்சனின் சோற்றிற்கு 7 நாழி நெல் தனியாகக் கொடுக்கப்பட்டது.

இந்த நிபந்தனை சரியானபடி நடத்துவேன் என ஒப்புதல் அளிக்கிறாள் உமையம்மா. அப்படி நடக்கவில்லை என்றால் என் நடை மாடு பிடிக்கலாம் என்றும் கூறுகிறார். இச்செய்திகள் இந்த ஆவணத்தில் உள்ளன.

1 கொல்லம் 653 ஆண்டு மார்கழி 14தேதி ஆளூரான விக்கிரம சோழ பாண்டியபுரத்து நாயனார் சோழபாண்டீசுரமுடைய நாயனார்க்கு

2 சித்திரை விழு, அற்பசி விழு, ஆடி அயனம், தையயனந், நாலுக்குஞ் சங்கிரம காலத்திலே ஒற்றைக்கலசமாடி அருளிப்பூசை நடக்கும்படி கல்ப்பித்த

3 திருக்கோட்டாறான சோழ கேரளபுரத்து நாயனார் வடுகனீச்சுரமுடைய நாயனார் கோயிலில் கைக்கோளரில் கணக்கன் திருவம்பலமுடைய

4 யான் கையால் மேற்படி நாயனார் சோழபாண்டீஸ்வர முடைய நாயனார் கோயிலில் தேவரடியாரில் சங்கரப்பிள்ளை மகளு மையம். மையேன்

5 ஒக்கும் பதினாழிக்கால் பதினஞ்சு மரக்கால்படி வாங்கின நெல் செவிடு 1க்கு கோட்டை ஒன்றுக்கும் ஆண்டு ஒன்றுக்குப் பலிசை பொலியும் நெல்லு நாழி பதினாழி

6 இந்நெல்லு நாற்பது நாழியும் கொண்டு அபசி விழுவில் பூசை நடத்தியபோது வேனாகவும் இந்நெல் நாற்பது நாழிக்கும் செலவு அமுதுபடி எழு நாழி கொட்டில்

7 நீராஞ்சனத்துக்கு அரிநாழி ஆக; அமுதுபடி எண்ணாழிக்கு நெல் இருபது நாழி; தேங்காய் ஒன்றுக்கும் கறிஅமுதுக்கு நெல் 3 நாழி திருவிளக்கெண்ணெய் உழக்கு நறுநெய்க்கு நெல்லு

8 நானாழி கலசத்துக்கு அடிப்பரப்பு நெல் 3 நாழி நம்பிக்கு கூற்றரிசிக்கும் தெழ்க்கணைக்கும் நெல் 10 ஆக நெல் 40 நாழி இவ்வண்ணமே அற்பசி விழாவினை நடத்

9 திய போதுவேனாகவும் இப்படி நடத்தாமல் முட்டுவிக்கில் என் நடைமாடு செய்தால் தடுத்து வளைத்து நகரத்தாரும் கும்பிடும் அடியாரும் முட்டிட்டியுங்

10 கொண்டு மேல பூசையுந் நடத்திக் கொள்வாராகவும் நெத்தியச் சோறு எழு நாழியில் உவச்சனுக்கு ...

11 இப்படிச் சம்மதித்து இம்முறியிட்டுக் குடுத்தேன் சங்கரப்பிள்ளை உமையம்மை யேன் இது சண்டேச்சுர பிரமாணமாக இம்முறியிட்டுக் குடு உமையம்மை தற்குறிக்கு தற்குறி

12 ட்டே டெறிந்தேனும் இவர்கள் சொல்ல இம்முறி எழுதினேன் தென்னாட்டுக் குறுநாட்டுக் கடிகைப்பட்டணத்து கண்ணன் கண்டன் எழுத்து

21

உகந்துடைமை ஓலை

ம.ஆ 658 தை 15
கி.பி. 1483

நாஞ்சில் நாட்டு வேளாளரிடம் 1927 வரை நடைமுறையிலிருந்த மருமக்கள் வழி தொடர்பான உகந்துடைமை இசைவு முறி ஆவணம் இது. இந்த ஆவணம் மலையாள வருஷம் 658ஆம் ஆண்டு தை மாதம் 15ஆம் தேதி (கி.பி. 1483 ஜனு–பெப்) எழுதப்பட்டது.

தந்தையின் சொத்து அவருடைய சகோதரி மகனுக்கு உரிமை உடையது என்னும் முறையைப் பின்பற்றும் வழக்கமே மருமக்கள் வழி எனப்படும். அந்தச் சொத்தை நிர்வகிப்பவர் காரணவர் எனப்பட்டார். அவருக்குப் பிறந்த மகன் அவரது சொத்தில் உரிமை கொண்டாட முடியாது.

காரணவர் முறைப்படியாகத் திருமணம் செய்து கொண்ட மனைவிக்குப் பிறந்த மகனின் ஜீவனத்திற்கு அவர் அன்புகூர்ந்து

சொத்து கொடுக்கலாம். இது உகந்துடைமை எனப்படும். இதற்கு அன்பின் வழி வந்தது எனப் பொருள் கொள்ளலாம். ஒரு வகையில் நாஞ்சில் வேளாளர்கள் மக்கள் வழியினராக இருந்தபோது, சொத்துகளைப் பங்கிட்டுக்கொள்ளும் பங்காளர்களின் பழைய வழக்கின் எச்சமாக உள்ளது இது. தந்தையின் சொத்தில் மகனுக்கு உரிமையில்லை. ஆனால் அவனது ஜீவனாம்சத்துக்காகக் கொடுக்கப்பட்டது உகந்துடைமை.

இந்த ஆவணம் உகந்துடைமை இசைவு முறி. இதில் உகந்துடைமையாகக் கொடுக்கப்பட்ட சொத்து விவரம் உள்ளது. இந்தச் சொத்து பெண்வழிக்கு உரிமை உடையது. மருமக்கள் வழியில் சொத்து பெண்களுக்கே என்ற வழக்கை இது சுட்டுகிறது.

உகந்துடைமை முறை மக்கள் வழியினரின் குடும்பப் பாகப்பிரிவினை போன்றதுதான். உகந்துடைமைப்படி பெண்ணுக்குச் சொத்து கொடுக்க முடியாது. தந்தை மகன் இருவருக்குமிடையே சரியான உடன்பாடு இருந்தால் தந்தை உயிருடன் இருக்கும்போதே உகந்துடைமை கொடுக்கப்படும். தந்தை இறந்த பின்பு உகந்துடைமை உரிமைப்படி அவருக்கே உரிய சொத்து மக்களுக்குப் பங்கு வைக்கலாம். இது யாப்பிய உகந்துடைமை எனப்படும்.

உகந்துடைமை தொடர்பாக வேறு ஓலைகளையும் கவிமணி பிரதி செய்திருக்கிறார். இந்தத் தாள் பிரதிகள் பெருமளவில் பொடிந்துவிட்டன.

1 கொல்லம் 658ஆம் ஆண்டு தை மாதம் 15 தேதி ஆளூரான விக்கிர சோழ பாண்டிய . . .

2 கண்டன் கூத்தனான நகர சேனாதிபதிக்கு திருக் கோட்டாறான சோழ . . .

3 ஈச்சம் பொரத்து மேற்படி உள்ளிட்டாரோம் இசைவு முறி கொடுத்த பரிசாவது . . .

4 இற்றை நாள் இவர் பெண்வழியாலுள்ள தோவாளை காணியாட்சையும் தாழைக்குடி . . .

5 . . . பனிக பெண் வழியாலுள்ள வகைகளும் கோட்டாற்று . . . பெண்வழி

6 ள்ள பொது வகையும் இவர் மூன்றில்
ஒன்றில் நாலிலொ . . .

7 உகந்துடைமையாக எழுதித்திருகையில் இவ் வகை

8 . . .தாவரிட்ட அடைப்பு முறி ஒற்றி படுகல மற்றும் எப்பேற்பட்டதும் நானிறுத்து.

9 கொளுவேனாகவும் இப்படிச் சம்மதித்து இசைவு முறி இட்டுக் கொடுத்தேன் ஈச்சம்பி பொசுபடி எழுத்து

10 ராம கண்டன் கூறினான நகர சேனாதிபதிக்கு ஈச்சம்பி மேற்படி எழுத்து

11 ருவாகச் சொல்ல இதை இசைவு குறித்து எழுதினான் காமன் திருவம்பலமுடையான் எழுத்து.

22

ஈடு ஓலை

ம.ஆ. 665 ஆவணி 7

கி.பி. 1489

இது ஒற்றி ஓலை. ஆளூரான விக்கிரம சோழ பாண்டியபுரத்துக் கண்டன் கூற்றனான நகர சேனாதிபதி முன்னிலையில் படப்பா நாட்டு பண்ணிகோட்டு நெட்டாங்கோட்டிலிருக்கும் ஆயப் பாடியில் ஆயத்துறைக் காரிக்கண்ணனுக்கு எழுதிக் கொடுத்தது இந்த ஓலை. இதில் நிலத்தின் எல்லை குறிப்பிடப்படும்போது, சில ஊர்ப் பெயர்களும் ஆற்றின் பெயர்களும் வருகின்றன. இப்போதும் இவற்றின் பெயர்கள் அப்படியே உள்ளன.

இந்த ஓலை பொடிந்துள்ளது எனக் கவிமணி குறிப்பிடு கிறார்.

1 கொல்லம் 665 வருஷம் ஆவணி மாதம் 7ஆம் தேதி செய்த விலை ஒற்றி ஓலைக் கரணமாவது ஆளூரான விக்கிரம சோழ பாண்டியபுரத்துக் கண்டான் கூற்றனான நகர சேனாதி கண்டு

வுபடப்பா நாட்டு பண்ணிகோட்டு நெட்டாங் கோட்டி லிருக்கும் ஆயப் பாடிதனில் ஆலத்துறைச் காரிக் கண்ணனுக்கு விலையொற்றி ஓலை எழுதிக் குடுத்த பரி

3 சாவது இற்றை நாள் இவள் பக்கல் வாங்கின . . . கலியுகராமன் பணம் 12 முன்னாள் கடையன் சீ பத்ம நாபன் . . . ஒற்றி வைத்த ஒற்றி

4 . . .மாவினால் மேற்படியானுக்குச் செல்ல வேண்டும் . . .பணம் நாற்பத்து இரண்டுக்கும் ஒற்றி வைத்துக் குடுத்த விலையாவது பண்ணிக் கோட்டு பற்றில்.

5 கோணத்துத் தென்கரையில் நான் அனுபவித்து வருகிற வலிய விளைக்கு பெருநான்கெல்லை கீழெல்லை வீர நாராயண சேரியாற்றில் எல்லை

6 வேலிக்கு மேற்கு தென்னெல்லை தென் ... வடக்கு மேலெல்லை நெடுங்கோட்டைக்குங் காஞ்சிரை நிற்கிற விளைக்கு கிழக்கு வடவெல்லை ... விளைக்கு தெற்கு

7 ... பெரு நான்கு வழி எல்லை நடுவில் வலியவிளை ... ஒற்றியாக கையாண்டு வைக்கயும் பூவுக்கு ... பயிர் கண்டு பத்திலொன்று குடுத்து மேல விதம்

8 கையாண்டு செய்து வருவேனாகவும் அனுபோக விரோதம் வருகில் நடமாடு செய்தால் ஐவகைப்பட்ட பயன்படு பொருளையும்

நடையிலழி யுத் தடுத்தும் வளைத்துங் கொளப் பெறுவா ராகவும் தடுத்த பொருளுக்கு அழிவு வருகில் ... சார்பிதாகவும் இப்படிக்கு சம்மதித்து விலையொற்றி ஓலை

10 எழுதிக்குடுத்தேன் நகர சேனாதிபதி களேன் ஆலத்துறை காரிக் கண்ணனுக்கு கண்டன் கூத்த ...

11 இப்படிக்கு இவர்கள் சொல்ல இதை விலையொற்றி ஓலை எழுதிக் கொடுத்தேன் திருக் கோட்டாறான ... திருவம்பலமுடையார் எழுத்து.

23

நிபந்த ஓலை

ம.ஆ. 664 சித்திரை 10
கி.பி. 1489

இந்த ஆவணம் கோவில் நிபந்தம் பற்றியது. கொல்லம் 664 சித்திரை 10ஆம் நாள் பூர்வ நட்சத்திரத்து சப்தமியும் கூடிய புனர்த நட்சத்திரத்தில் ஒரு சிவன் கோவிலில் உஷா பூசை நடத்தவும் திருநந்தாவிளக்கு எரிக்கவும் கொடுத்த நிபந்தம் பற்றி இவ்வாவணம் குறிப்பிடுகிறது. இந்த நிபந்தம் பொறுப்பைத் தேவன் அடியார்களே செய்யும்படி ஏற்பாடு செய்யப்பட்டுள்ளது. இக்கோவிலை ஒட்டி ஒரு சைவ மடமும் இருந்தது. இதை நிர்வகிப்பவர்களுக்கும் தேவர் அடியார்களுக்குச் சாப்பாடு கொடுப்பதற்குக் கொடுக்கப்பட்ட நிபந்தச் செய்தியும் இந்த ஓலையில் உள்ளது.

இது முழுமை அடையாத ஓலை; பொடிந்துள்ளது. சில வரிகள் இல்லை எனக் கவிமணி குறிப்பிடுகிறார்.

1 கொல்லம் *664* ஆண்டு சித்திரை மாதம் *10* புதன் கிழமை பூர்வ நட்சத்திரத்து ஸப்தமியும் பெற்ற புணர் தத்தினால் ....

2 சுவரமுடைய நயினார்கு உழா பூசைக்கும் திருநந்தா விளக்கு ஒன்றுக்கும் உபத்தானத்துக்கு

3 னையும் நான் விலை .... மாடன் பெறை

10 .... துபடி நானாழி அஞ்சிரண்டு உட்படத் தேவர் அடியவார். வசம் குடுத்துப் போதும் நெல்லுப்ப தினாழியும்

11 ஆனைவாளும் என் அனந்த வரும் கூட .... தாவல்த்தந்ததி பிரதேசமே இந்த முதல் ஆண்டு குடுத்து உழா பூசையும் திருந்தாவிளக்கு நடத்திப் போதுவாராக

12 .... மடமும் பரிச்சுக் கொண்டு நிற்கிற நாயன்மார்க்குச் சோறு இரு நாழியும் திருமாலை ஞா ணை பூச் சோறு உரியும் தேவர் அடியார்க்குச் சோறு உரியும் ஆகச் சோறு நானாழியும் இவ்வகைப் படிய ....

24

குத்தகை ரெசீது

ம.ஆ. 674 அய்ப்பசி 17

கி.பி. 1490

பாட்டம் வாங்கிய நிலத்துக்குக் கொடுத்த ரசீது இந்த ஆவணம். ஆளூர் கூத்தன் என்பவனுக்கு ஏறுவாடியான நரலோக நல்லூரில் கற்பக நயினான் வீரகேரளப் பெருமாள் என்பவன் எழுதிக் கொடுத்த பத்திரம். கூத்தரிடம் பாட்டம் வாங்கிய நிலம் அலத்துறை ஆற்றுக்குத் தென் கிழக்கில் உள்ளது. இதற்குப் பாட்டமாக 6½ கோட்டை நெல்லைப் பங்குனி மாதம் 15ஆம் தேதி கொடுப்பேன்; கொடுக்கவில்லை என்றால் பாட்ட நெல்லுக்குரிய விலையைக் கணக்கிட்டு 2 விழுக்காடு பலிசைக் கொடுப்பதாகவும் இந்தப் பற்றுச்சீட்டு கொண்டு வருபவரிடம் அதைக் கொடுப்பதாகவும் ஒப்புதல் அளிக்கிறான். அப்படியும் கொடுக்கவில்லை என்றால் தன் நடைமாடு எடுத்துக்கொள்ளலாம் என்னும் வாக்களிக்கிறான்.

1 கொல்லம் *674*ஆம் ஆண்டு அல்பசி மாதம் *17*தேதி ஆளூரான விக்கிரம சோழ பாண்டியபுரத்து கூத்தன் .... நாட்டாற்றுப் போக்கு வைகுந்தவள நாட்டு

2 ஏறுவாடியான நரலோகநாத நல்லூரில் கற்பக நயினான் வீரகேரளப் பெருமாளேன், முறியிட்டுக் குடுத்த பரிசாவது இவர் நிலமாக நான் பாட்டத்துக்கு வாங்

3 கியுழுத அலத்துறை ஆற்றுப்போக்கு தென்கிழக்கு கீழைப் பள்ளச் செய் தடி பல .... குடுத்து .... குடுக்க

4 வேண்டும் எண்ணாழிக்காலா இருபத்தொரு மரக் கால்படி 6½க்கு கோட்டை ஆறையும் மேற்படி விளை

5 தடியில் பங்குனி மாதம் 15தேதி கொடுப்பேனாகவும் குடா தொழிகில் முறியிட்ட நாள் முதல் பூ வழி 10க்கு இரண்டு விழுக்காடு பலி

6 சை பலிவதாகவும் இப்படி பயந்த பலிசை முதலும் இம்முறி கொடு வந்தார் வசம்கொடுப்பேனாகவும் குடாதொழுகில் என்

7 னடை மாடு செய்கால அய்வகைப்பட்ட பயன்படு பொருளூ நடையிலழியக் குடுத்து கொள்ளப் பெறுவதாகவும் தடுத்த பொரு

8 ளுக்கழிவுவருகில் தடுத்தா மேலும் பொருள் மேலும் சார்பிதாகவும் இப்படிச் சம்மதித்து முறியிட்டுக் குடுத்தேன் வீரகேரளப் பெருமாளான கூத்தன்...........

9 இப்படிக்கு வீரகேரளப் பெருமாள் எழுத்து.

25

ஈடு ஓலை

ஒற்றி ஓலை

ம.ஆ. 667 ஆவணி 4

கி.பி. 1492

இந்த ஒற்றி ஓலை மலையாள வருஷம் 667 ஆவணி மாதம் 4ஆம் தேதி (கி.பி. 1492) எழுதப்பட்டது.

நாஞ்சி நாட்டு அதியனூரான அழகிய பாண்டியபுரத்தில் வாழ்கின்ற திருக்குறும்கூர் பெருமாள் குலசேகரப் பாண்டியன் என்பவர் புறத்தாய நாட்டு அணஞ்சநல்லூர் கருங்குளம் என்ற ஊரில் வாழும் வடிவழகிய நம்பி என்பவரிடம் பணம் கடன் வாங்கியிருந்தார். அந்தப் பணத்திற்காகத் தனக்குச் சொந்தமான நிலத்தை ஒற்றியாகக் கொடுத்தார். இந்த நில விவரம் ஓலையில் உள்ளது. இப்படியாகக் கொடுக்கப்பட்ட

ஒற்றி நிலம் தொடர்பாகப் பிரச்சினை வந்தால் அதைத் தீர்ப்பதாகவும் எழுதிக் கொடுத்திருக்கிறார்.

1 கொல்லம் 667 ஆவணி மாதம் 4 நாஞ்சிநாட்டு அதியனூரான அழகிய பாண்டிய .... திருகுருகூர் பெருமாள் குலைசேகரப் பாண்டிய

2 .... புறத்தாய நாட்டு அணைஞ்ஞு நல்லூர் கருங்குளத்து வழத்துவாழ் நம்பி வடிவழகிய நம்பிக்கு ஒற்றி ஓலை எழுதிக் குடுத்த பரிசாவது இவர் மகன் இற்றை நாள்

3 .... கொடுத்த பணம் ஒன்றும் ஆக பணம் ஏழும் நாள் அது கையிலயற்று பணம் 3ம்

4 முன் .... க்கல் கடம் வாங்கினதுக்கு 2ம் கூட்டி .... ஆக கூடி 3ம் திருத்து அழிவுக்கு குடுப்பித்த ஆக ....

5 பணம் ....க்கு ஒற்றிவைத்த நிலமாவது அழகிய பாண்டியபுரத்தில் கீழ்புறத்திலே அலத்துறை ஆற்றுக்கு தென்கரைக்கு மேற்கு முத் தலை .... 12 அழிவின் படி உள்ள

6 நிலத்துக்கு எல்லையாவது கீழ புலத் திடருக்கு மேற்கும் தென்னெல்லை .... திடருக்கு கீழ்மேல் .... ஆக

7 இசைந்த பெருனான்கு எல்லைகளுட்பட்ட கய்வு ஒற்றி .... செய்தும் அயல்பட கடமையும்

8 உளர மாவிந்த சிலகரி பெருவரியும் .... ஆகவும் .... காலத்துக்கு

9 செயகாலத்துக்கு தடை தீர்த்து கூடுவேனாகவும் தடுத்த பொருளை அழிவு வருகில்

10 ஓலை எழுதிக் கொடுத்தேன் குலைசேகரப் பாண்டிய .... வடிவழகிய நம்பிக்கு ஒருப் பட்டு .... திருக்குருகூர் ....மான குலைசேகரப் பாண்டியன் எழுத்து.

26

அடிமை ஓலை

ம.ஆ. 675 வைகாசி 19

கி.பி. 1500

இது அடிமை ஓலைப் பிரமாணம். இந்த அடிமை ஓலை ஆவணம் மலையாள வருஷம் 675 வைகாசி மாதம் 19ஆம் தேதி (கி.பி. 1500 மே – ஜூன்) அமரப்பட்சமும் வெள்ளிக்கிழமையும்

கூடிய மூல நட்சத்திரத்தில் எழுதப்பட்டது. இந்த ஆவணத்தில் வெள்ளாட்டியே அடிமையாகக் குறிக்கப்படுகிறாள்.

புறத்தாய அன்ன நல்லூர் வளத்து வாழும் நம்பி வடிவழகிய நம்பிக்கு நாட்டாற்றுப் போக்கு வைகுந்த வளநாட்டக் திருக்குறும் குடியில் வாழும் தெலுங்குச் செட்டி அக்கணன் மகன் அக்கணன் எழுதிக் கொடுத்தது இந்த ஓலை. இந்தச் செட்டி வெள்ளாட்டியை அடிமையாகக் கொண்டதைப் பின்வருமாறு பதிவுசெய்துள்ளான்:

நாள் வெள்ளாட்டி இளையாள் என்ற இந்த அடிமையை விலைக்கு வாங்கி அனுபவித்து வருகிறேன். நான் இவளை நாஞ்சில் நாட்டு அதியனூரான அழகிய பாண்டியபுரம் ஊர் மற்றில் நிறுத்தி இந்த வெள்ளாட்டி அடிமையை வாங்குபவர் உளரோ என்று கூவிக் கேட்டேன். ஒருவர் நான் இவளை வாங்குகிறேன் என முன்வந்தார் நாங்கள் இருவரும் ஒருவர் மன்றில்கூடிப் பேசினோம். அடிமையின் விலையை முடிவு செய்தோம். இந்த விலை சமகாலத்தில் வழக்கில் உள்ள கலியுகராமன் பணம் ரூ. 25 ஆகும். இந்தப் பொருளை (அடிமை) வாங்கியவரிடம் கொடுத்துப் பணத்தைப் பெற்றுக்கொண்டேன். இதுவே விலையாதாரம் என்று குறிப்பிடுகிறான். இதை ஒரு காலாவது இரு காலாவது முக்காலாவது ஓலைக் குற்றம், எழுத்துக் குற்றம், சொல் குற்றம், பொருள் குற்றம் மற்றும் எக்குற்றமுமின்றி விலைப் பிரமாணம் கொடுத்துள்ளேன் என்றும் குறிப்பிடுகிறான்.

இந்த ஆவணத்தில் குறிப்பிடப்படும் தெலுங்குச் செட்டி அக்கண்ணன் படிப்பறிவில்லாதவன். அதனால் பிச்சை என்பவன் இந்த விலை ஓலையை எழுதினான். இதற்கு திருவனந்தபுரத்துக் கோதை சாட்சியளித்துக் கையொப்பமிட்டான்.

தெலுங்கர்கள் குடியேற்றம் தென்தமிழகத்தில் கிபி 16ஆம் நூற்றாண்டின் பிற்பகுதியில் நிகழ்ந்தது என்பதைப் பொதுவாக சொல்வது மரபு. மதுரையில் நாயக்கர்கள் ஆட்சி நடந்தபோது, தென் மாவட்டங்களில் இவர்கள் குடியிருப்புகள் உருவாயின என்பதும் பொதுவாகக் கூறப்படும் செய்தி. ஆனால் இவற்றிற்கு எதிரான செய்தி நாட்டார் வழக்காற்றில் உள்ளது. இந்த முதலியார் ஓலையும் ஒரு சான்று.

கி.பி. 1500லேயே தெலுங்குச் செட்டி ஒருவர் திருநெல்வேலி மாவட்டத்தில் நிலையாகத் தங்கியபோது, ஒரு அடிமையை அதிலும் வெள்ளாட்டி அமையை வைத்திருந்ததாக இந்த ஆவணம் கூறுகிறது. இந்த ஓலையில் வெள்ளாட்டி அடிமை

யாகக் குறிக்கப்படுகிறான். கன்னியாகுமரி மாவட்டத்தில் கிடைத்த அடிமை ஓலைகளில் பறையர் விற்க அல்லது வாங்கப்பட்டால் பறையடிமை ஓலை என்றுதான் குறிப்பிடப் படுகிறது. ". . . முள்ளி நாட்டு சேரவன் மாதேவி புறந்சேரியில் கிடக்கும் பறையரில் . . ." இன்னார் என இடமும் சாதியும் குறிக்கப்படுவதுமுண்டு. இதனால் பறையர் மட்டுமன்றி வேறு சாதியினரும் குறிப்பாக வேளாளர் போன்றோரும் அடிமை களாக இருந்தது தெரிகிறது.

1 கொல்லம் 675 ஆம் ஆண்டு வைய்காசி மாதம் 19ஆம் தேதி அமரபகிழமும் வெள்ளி யாட்சையும் பெற்ற மூலத்தில் செய்த அடிமை விலைப் பிரமாணமாவது புறத்தானாட்டு அன்ன நல்லூர் வளத்து வாழ்வித்த நம்பி வடிவழகிய நம்பிக்கு

2 நாட்டாற்றுப் போக்கு வைகுந்த வளநாட்டு திருக்குறும் குடியில் இருக்கும் தெலுங்குச் செட்டிகளில் அக்கணன் மகன் அக்கணன் .... அடிமை விலைப் பிரமாணம் எழுதிக் குடுத்த பரிசாவது நான் விலை கொண்ட

3 உடையோனாய் ஆண்டு அனுபவித்து(ப்) போதுகிற வெள்ளாட்டி இளையாளை கொள்வாருளரோ வென்று நான் முற்கூற இவர் பிற கூறி கொள்வேனென் றாகையால் நாஞ்சி நாட்டு அதிகனூரான அழகிய பாண்டிய புரத்து மன்றி.

4 லேற்றி நடுவர் முன்பாக எம்மில்லிசைந்து விலை நிற்செயித்த அன்றாடு வழங்கும் நன்மேனி கலியுகராமன் பணம் 25 இப்பணம் இருபத்தஞ்சு விலையாவண களத்தே காட்டி எத்தகைய சிலவாகக் கொண்டு பொருளைப் பற்றி விக்குற விற்று விலைப் ....

5 பண்ணிக் குடுத்தேன் அக்கண்ணன் மகன் அக்கண்ணன் வளத்து வாழ்வித்த நம்பி வடிவழகிய நம்பிக்கு இப்பரிசு விற்ற வெள்ளாட்டி இளையாளுக்கு இதுவே விலை ஆவதாகவும் இதுவல்லது வேறு விலை யாவணச் செலவாவணப் பொருள்

6 மாண்டறுதி பொருள் செலவோலை காணவுங் காட்டவும் கடவதன்றியை ஒருகாலாவது இருகாலாவது முக்காலாவது ஓலைக் குற்றம் எழுத்துக்குற்றம் சொல் குற்றம் பொருள்குற்றம் மற்றும் எக்குற்றமும் குற்றமன்றி விற்றுவிலை

7 ப்பிரமாணம் பண்ணிக் குடுத்தேன் அக்கண்ணன் மகன் அக்கண்ணனேன் வளத்து வாழ்வித்த நம்பி வடிவழகிய நம்பிக்கு இளையாளை இப்படிக்கு அக்கண்ணன் மகன் அக்கண்ணன் தற்குறிக்கு தற்குறி மாட்டெறிந்தேனும் இப்படிக்கு

8 விலை எழுதினேன் .... புரத்து

.... பிச்சை எழுத்து

9 அறிவேன் திருவனந்தபுரத்து .... கோதை எழுத்து.

27

அடிமை ஒற்றி ஓலை

ம.ஆ. 680 பங்குனி 4
கி.பி. 1505

கடனாகப் பணமும் நெல்லும் அடிமையையும் பெற்றுக்கொண்டு இவற்றிற்கு வட்டி கொடுப்பதாக எழுதிக் கொடுத்த செய்தியை இந்த ஓலை கூறுகிறது.

மலையாள ஆண்டு 680, பங்குனி மாதம் 4ஆம் தேதியில் (கி.பி. 1505) ஆளூர் நகரத்து தானை வென்றான் ஆண்டு கொண்டு முதலியார் நயினாருக்கு எழுதிக் கொடுத்த ஓலை.

மேற்படியாரிடமிருந்து நெல்லும் அன்றாடு வழங்கும் கலியுகராமன் பணமும் கொண்டேன். அதோடு தென்னாட்டுக் குறுநாட்டு மருகத்தூர் கீழ்ப் பகுதியில் தொட்டிகோடு என்ற ஊரில் உள்ள பறையர்களில் அவையத்தான் என்பனையும் கொண்டேன்.

இவற்றிற்குப் பூ வழி பத்துக்கு 2 விழுக்காடு பலிசையும் பணம் ஒன்றுக்கும் பூ வழி பதினாழி பலிசையும் ... குடுப்பேன். அப்படிக் கொடுக்கவில்லை என்றால், எனக்குச் சொந்தமான மாடுகளைப் பிடித்துக்கொள்ளலாம். அதோடு என் பொருட்களை எடுக்கும்போது, அழிவு அல்லது தடை வந்தால் மேலும் அதற்குத் தண்டமாகப் பொருள் கொடுப்பேன்.

இதைச் சம்மதித்து ஒப்பந்தமிட்டவன் படிக்காதவன் ஆதலால் அவன் சொல்ல வேறு ஒருவன் எழுதினான்.

1 கொல்லம் 608 பங்குனி 14 ஆளூரான நகரத்து தானை வென்றான் ஆண்டு கொண்ட முதலியார் நயினா ....

2 ருக்கும் பதினாழிக் காலா .... 15 மரக்கால் படி 3 களமும் அன்றாடு வழங்கும் நென்மேனி கலியுகமராமன் பணம் 1ம்

3 கொண்டேன் தென்னாட்டு குறுநாட்டு மருதத்தூர் கீழ் பால் தோட்டி கோட்டில் ஓரஞ் சேரி கிடக்கும் பறையரில் அவையத்தான் ....

4 கொண்டேன் கொண்டு நெல்லு கலத்துக்கு பூ வழி பத்துக்கு இரண்டு விழுக்காடு பலிசையும் பணம் ஒன்றுக்கும் பூ வழி பதினாழிப் பலிசையும்

5 இதரக் குடுத்து .... குடுப்பேனாகவும் அன்று குடாதொழிலே என் நடைமாடு செய கால் அய் வகை ....

6 படு பொருனரும் நடையில் அழியாது எடுத்து கொள்ளப் பெறுவராகவும் தடுத்த பொருளுக்கு அழிவு வருகிலே

7 .... மேலும் பொருள் மேலும் சார்பிதாகவும் இப்படிக்கு .... இதை முறியிட்டு .... வென்றான் ஆண்டு கொண்ட

8 முதலியார் நயினார் அவை யத்தானான .... இப்படிக்கு அவையத்தான் வரதன் கைமாட்டான் .... மாட்டெநிந்தைனும் இவர் சொல்ல

9 இந்த முறி எழுதினான் அண்ட கோட்டு கணக்கு எழுத்து

28

கடன் ஒற்றி ஓலை

ம.ஆ. 683
கி.பி. 1507

அதியனூரான அழகிய பாண்டியபுரம், கடுக்கரை (தோவாளை வட்டம்) ஊரினனான காமன் காத்தன் குட்டி என்பவன் மலை மண்டிலத்து தொங்க .... கொட்டிக் காலில் வசிக்கும் பெருமாள் மார்த்தாண்டன் என்பவனிடம் கலியுகராமன் பணம் 7 கடன் கொண்டான். இதற்கு நில ஒற்றி ஓலை எழுதிக் கொடுத்தான். இந்த நிலத்தின் எல்லை இதில் குறிப்பிடப் படுகிறது. இந்த ஓலையை எழுதியவன் வைகுந்த வளநாட்ட பெரும் பழஞ்சியைச் சார்ந்தவன். பெரும்பழஞ்சி இப்போது திருநெல்வேலி மாவட்டம் வள்ளியூர் அருகே உள்ளது.

1 கொல்லம் 683ஆம் ஆண்டு பங்குனி மாதம் 11 தேதி மலை மண்டலத்து தெங்னனாட்டுக் கொட்டுக் காவில் பெருமாள் மாத்தாண்ட

2 அதியனூரான அழகியபாண்டியபுரத்துக் கடுக்கை யறையில் காமன் சாத்த குட்டியேன் பனை ஒற்றி ஓலை எழுதி

3 இவர் பக்கல் வாங்கின அன்றாடு வழங்கும் நென்மேனி கலியுக ராமன் பணம் (7) இப்பணம் ஏழுக்கும் ஒற்றி வைத்த மனையாவது மேற்படி யூர்

4 கரைப .... ஒற்றி கொண்டு கையாண்டு போதுகிற மனை கெல்கையாவது கீழெல்கை கிணற்றில் தண்ணீரெடுக்கப் போற வழிக்கு

5 காலுக்கு வடக்கு மேலெல்கை மூத்தான் பள்ளி எழுத்து பணிக்கர் வளவுக்கு கிழக்கு வட வெல்கை கிழ மேல தெருவுக்கு தெற்கு ஆக

6 ஒன்றில் எங்கள் பெரிய தாயார் மக்கள் விழுக்காடு ஒன்று பாதியும் இன்னார் முதல்

7 கையாளுமிடத்து தடை குடை கூறுவருகில் என் நடைமாடு செய் கால் தடுத்தும் வளை

8 .... மேலும் பொருள் மேலும் சாராப் பிதாகவும் இப்படி சம்மதித்து மனையொற்றி யோலை எழுதிக்குடுத்தேன் மாத்தாண்டன்

9 இப்படிக்கு காமன் சாத்தக்குட்டி எழுத்து. இவர்கள் சொல்ல இந்த மனை ஒற்றி ஓலை எழுதினேன்.

10 வைகுந்த வளனாட்டுப் பெரும் பழஞ்சியில் பழஞ்சிக்கு வாச்ச பெருமாள் அனவரத மழகிய நம்பி எழுத்து.

29

துப்பு முறி ஓலை

ம.ஆ. 688 சித்திரை 27
கி.பி. 1513

இது துப்புமுறி ஆவணம். ஆளூர் வாவிச்ச நம்பி வடிவழகன் வீரமாணிக்கம் செட்டி என்பவனுக்குப் படப்பை நாட்டு (இரணியல்) பண்ணி கோட்டு தலைக்குளம் திருநாராயண விண்ணகர் கோவிலில் பணிபுரியும் தேவபுத்திரர் ஒருவன் கொடுத்த துப்பு முறியே இது. இந்த ஓலைச்செய்தி நிறைவடையவில்லை.

1 கொல்லம் 688 ஆமாண்டு சித்திரை மாதம் 27ஆம் தேதி செய்த துப்புமுறி காரிய

2 மாவது ஆளூரான விக்கிரம சோழ பாண்டிய புரத்து வளத்து வாவிச்ச நம்பி வடிவழகனான வீரமாணிக்

3 கச் செட்டியாருக்கு படப்பையா நாட்டு பண்ணி கோட்டு தலைக்குளத்து திருநாராயண விண்ணவர் எம் பெருமான்

4 கோவில் தேவர் புத்திரரின் துப்பு முறி குடுத்த பரிசாவது முன்னாள் 625 யாமாண்டு

5 விருச்சகிய மாத முதல் .... அட்டா

30

கடன் பத்திரம்

ம.ஆ. 696 ஆடி 21

கி.பி. 1521

இது படுகலமுறி ஆவணம். ஆளூர் சோழ பாண்டீஸ்வரமுடைய நயினார் கோவில் தேவ புத்திரரில் ஒருவரான இரவி பெருமாள் என்பவருக்கு மேற்படி ஊர் நாச்சியார் மகள் அம்மச்சி என்பவர் கொடுத்த படுகலமுறி இது. முன் குறித்தவரிடம் அய்யப்பன் பெருமாள் என்பவர் கடனாகப் பணம் 11உம் உழவுக்கு 4, வித்துவாங்க 2 பணம் என 17 பணம் கடன் வாங்கியுள்ளான். இது போல வாங்கிய 40 பணம் ஆகியவற்றிற்குப் பத்துக்கு 2 விழுக்காடு பலிசை தருவதாகச் சொல்கிறாள். அப்படித் தராவிட்டால் என்ன செய்ய வேண்டும் என்பதையும் இந்த ஆவணத்தால் குறிப்பிடுகிறான்.

1 கொல்லம் 696ஆம் ஆண்டு ஆடி மாதம் 21ஆம் தேதி ஆளூரான விக்கிரம சோழ பாண்டியபுரத்து, நயினார் சோழ பாண்டீஸ்வரமுடைய நயினார் கோயில் தேவர் புத்திரரில் இரவி பெருமாளுக்கு

2 மேற்படி தேசத்து உடைய நாச்சியார் மகள் அம்மச்சியேன் படுகல முறியிட்டுக் குடுத்த பரிசாவது இவர் பக்கல் முன்னாள் அய்யப்பன் பெருமாள் உழவொற்றி வைத்த

3 (நாச்சி ....க்கு) வாங்கிக் குடுத்த பணம் 11ம் உழவுக்கு பணம் 4ம் வித்துக்கொள்ள வாங்கின பணம் 2 ஆக வகை .... 17ம் முன்னாள் அய்யப்பன் பெருமாள் வாங்கினான பெருமாள் வாங்கினது மலி

4 .... விசத்து வாங்கின 40க்கும் ஆக .... பணம் பதினேழுக்கு பணம் 1க்கு நாற்பது ஒன்று விழுக்காடு பலிசை பலவாகவும் .... பூவழி பத்துக்கு இர . . .

5 ண்டு விழுக்காடு பலிசை பலவிதாகவும் இப்படி பலிந்த பலிசையு முதலும் முறிகொடு வருவந்தார் வசம் குடுப்பேனாகவும் குடாதொழிகில் நாங்கள் விலை கொண்டு கையாண்(டு)

6 வருகிற அய்க்காணிக்குக் குளம் கீழ் மேல்மடைப் போக்கு கன்னான் பரம்பு தடி ஒன்று .... வரவைத்த .... ஏறின பலிசைக்கும் முதலுக்கும் இதுவே படுகலமாக

7 பற்று கையாண்டு கொள்ளுவாராகவும் கையாளுமிடத்து இன்னிலத்துக்கு தடையிடை கூறுவருகில் நடைமாடு தடுத்தும் வளைத்து தடைதிப் பிச்சுகொ

8 ள்ளுவாராக தடுத்த பொருளுக்கு அழிவு வருகில் தடுத்தார் மேலும் பொருளே மேலும் சார்பிதாகவும் இப்படி சம்மதித்து

9 இதைப் படுகல முறியாயிட்டுக் குடுத்தேன் அம்மச்சியென் இரவி பெருமாளுக்கு இப்படிக்கு அம்மச்சி தற் குறிக்குத் தற்குறி மாட்டெறிந்

10 இப்படிக்கு இவர்கள் சொல்ல இந்தப் படுகல முறி கையெழுதின திருவம் பலம்

31

அபராத ரெசீது

ம.ஆ. 710 மார்கழி 7
கி.பி. 1534

ஆளூர் சுனைநீர்க்குறிச்சி மடத்தில் ஸ்ரீ பண்டார காரியம் செய்பவர்கள் ஆளூர் நகரம் மார்த்தாண்டன் சிவந்தக் குட்டி ஆண்டாருக்குக் கொடுத்த பற்றுமுறி இந்த ஆவணம். இதில் ஸ்ரீபத்மநாபன் திருமடத்தில் நடந்த செய்தியைக் கூறுகிறது.

சிவந்த குட்டியும் அவர்களது ஆட்களும் சுனைநீர்க் குறிச்சி மடத்தில் உள்ள ஆனந்த வாத்தியார் என்பவரைக் கோவிலின் உள்ளே வைத்து அடித்திருக்கிறார்கள். பின்னர் இதை விசாரித்தவர்கள் அடித்தவர்களுக்கு 54 பணம் அபராதம் விதித்தனர். அவர்கள் அபராதம் கட்டினர்; அந்த அபராதத்தைப் பெற்றுக்கொண்டவர்களின் பற்றுச்சீட்டு இது.

1 710ஆம் ஆண்டு மார்கழி மாதம் 7 எழுதின பற்றுமுறிக் காரியமாவது பெருமாள் சிறி

2 பத்மநாப பெருமாள்க்கு குரக்காணிக் கொல்லத்து தேவன் குன்றன் கல்ப்பிச்ச பூசை நடக்கும் சிறி பல்ப்பநாபன் திருமடத்

3 தில் பூசை கொள்ள சுனநீர்க் குறிச்சி மடத்தில் நிலையான சிறி பண்டாரக் காரியம் செய்வார்களோம்

4 ஆளூர் நகரத்து மார்த்தாண்டன் சிவிந்த குட்டிக்கும் சிவிந்தக் குட்டி ஆண்டாருக்கும் பற்றுமுறி கொடுத்த

5 பரிசாவது இவர்கள் முன்னாள் (நி) த்தல் நடையில் நின்னும் மனுசங்களைக் கூட்டிக்கொண்டு வந்து சுனை நீர்க்

6 குறிச்சி மடத்தில் மனிழ்மால் நின்ற ஆனந்த வாத்தியார் பட்டரை சங்கு சதத்தின் அகத்து நின்று மேல்தலை விழுவிச்சு

7 முறிப் பிச்சதினும் (கெழவு) கழற்றிச் சதினும் / பெண்ணும் பிள்ளையோட மேத்தலை விழுவிச்

8 சுழும் பே .... விக்கயும் செயிச்ச குற்றத்தினு (நடுவான புச்சேரி கேசவன்) தானும்

9 ஆண்டு கொண்ட நயினான் உடையான் குட்டி (முன் ....) கூடிப் பறெஞ்ஞ .... பெருமாள் சிறு பல்பனாபப் பெருமாள்க்கு குற்ற தெண்டம் தீற்பித்

10 தென் .... கும் நென்மேனி கலியுக ராமன் பணம் 54 இப் பணம் அன்பத்து நாலும் பற்றிக் கொண்டு பற்று முறி எழுதிக்

11 கொடுத்தேன் சீ பண்டாரக் காரியஞ் செய்வார்கள் மார்த்தாண்டன் சிவிந்தக் குட்டிக்கு சிவிந்தக் குட்டி ஆண்டார்க்கும் இப்படிக்கு

12 குழிக்கோட்டு சங்கர நாராயண கணக்கு கிரண்ணன் ஆதிச்சன் எழுத்து

13 இப்படிக்கு கணக்கு கிட்ணன் மாலன் எழுத்து

32

ஈடு ரெசீது ஓலை

ம.ஆ. 710 சித்திரை ஞாயிறு 4
கி.பி. 1535

இது பற்று முறி ஆவணம். ஆளூர் ஊரில் சோழ பாண்டீஸ்வர முடைய கோயிலில் மலையாள ஆண்டு 706ஆம் ஆண்டில் கி.பி. 1731 கும்பாபிஷேகம் நடந்தது. அப்போது கல்பமங்கலத்து கிருஷ்ணசாத வேதன் என்பவர் 46 பணம் பெற்றுக்கொண்டு ஆளூர் ஊர் வயலில் ஒருதடி நிலத்தைப் படுகல ஒற்றியாக

கொடுத்தார். இதில் பிரச்சினை வருமென்றால் அவருக்குச் சொந்தமான பொருட்களிலிருந்து கொடுக்கப்படும்.

1 கொல்லம் 710 ஆண்டு மேட (மாசம்) ஞாயிற்று 24 தேதி எழுதிய பற்றுமுறி காரியமாவது ஆளூர் நயினார்.

2 சோழ பாண்டீச்சசுரமுடைய நயினார் கோயில் தானத்தார் முன்னாள் 706 வருஷம் கலச மாடிகையில்

3 கல்பக மங்கலத்து கிரட்டின சாத வேதன்னு தெக்கண வயித்த வகக்கு ஆளூர் பற்றில் கீழ்கால்

4 தடி / நிலம் படுகலம் ஒற்றி ஆக வரவேண்டு பணம் 46 பற்றிக் கொள்ளூ கையால் அம்முறி காணாத

5 தால் இம்முறி கண்ட கழத்து கீற்றும் கிளியும் படித்தி கொடுப்பிது, கிருட்டின சாத வேதன்

6 நடமாடு செய்யேரும் தடுத்தும் வளைச்சும் கீற்றும் கிளியும் படுத்துவித்துக் கொள்வது

7 தடுத்த பொருளுக்கு அழிவு (வரு) ள தடுத்தார் மேலும் பொருள் மேலும் சாராவிது இம் மார்க்கம் கல்ப்பிச்சு

8 இரிக்காயாட்டு பற்றுமுறி கொடுத்த கல்ப பகமங்கலத்து கிரட்டிரசாத வேதன எழுத்து

33

நிபந்த ஓலை

ம.ஆ. 717 சித்திரை
கி.பி. 1542

திருவனந்தபுரம் ஸ்ரீ பத்மநாப சுவாமி கோவிலுக்குச் சொந்தமான ஸ்ரீ பத்மநாபன் திருமடத்தில் பூசை நடப்பதற்குக் கொல்லம் நகரைச் சார்ந்த தேவன் குன்றன் என்பவன் நிபந்தம் கொடுத்திருக்கிறான். இதற்குரிய ஒப்பந்தம். இங்கு குறிப்பிடப் படும் ஆளூர் (இப்போது கல்குளம்) பகுதியில் சுனை நீர் குறிச்சி மடம் ஒன்று இருந்தது தெரிகிறது.

1 கொல்லம் 717ஆம் ஆண்டு சித்திரை எழுதிய பற்று முறிக் காரியமாவது பெருமாளான சிறிபல்பனாப பெருமாளுக்கு குரக்கேணிக் கொல்லத்து தேவன் குன்றன் தர்லிச்ச பூசை நடக்கும் சிறி பல்பனாபன் திருமடத்தில் பூசை

2 க் கொள்ள சுனை நீர்க்குறிச்சி மடத்தில் சிபண்டார காரியம் செய்வார்கள் ஆளூர் நகரத்து சூரனை வென்றான்

3 ஆண்டு கொண்ட நயினார்க்கு பற்று முறி கொடுத்த பரிசாவது முன்னாள் .... பாதியால் நிலம் கோட்டாற்று நயினான் நயினானின் மேற்படி படுகல முறி கோயிக்கல் வாயிலில்

4 21ஆம் முன்னாள் செட்டி துடவல் தடி 9ம் துவாமிகள் பண்டாரத்துக்கு வில எழுதி தருமாறு ஒத்துபற்றி வரவேண்டும் மேற்படி 20ம் ஆக வரவேண்டும் மேற்படி 46க்கு பலிசை படி பணம் 8 ஆக வரவேண்டும்

5 54ம் முன்னாள் கண்டன் கண்டன் வசம் பற்றுக் கொண்டு பற்றுமுறி எழுதிக்கொடுத்த .... நாட்டு சங்கான் நாராயணன் ஒப்பு கணக்கு கிருஷ்ணன் ஆதித்தன் எழுத்து மேற்படி 54க்கு கணக்கு ஆளானநாதன் எழுத்து.

34

பிணையாகக் கொடுத்த ஓலை

ம.ஆ. 719 ஆவணி 31
கி.பி. 1543

இது ஒரு புணைமுறி ஆவணம். குடனாட்டு ஆற்றூரில் தன்மன் அனந்தனுக்கு நாஞ்சில் நாட்டு தாழைக்குடி ஊரில் வகிக்கும் சேந்தன் மார்த்தாண்டன் குட்டியும் திருவம்பலம் சேந்தன்குட்டியும் எழுதிக் குடுத்த புணைமுறியே இந்த ஆவணம்.

ஏதோ காரணத்தால் முன்குறித்த தாழைக்குடிக்காரர்களுக்கு 1,800 பணம் அபராதம் விதித்தார்கள். அபராதத்தைப் படிப்படியாகக் கொடுப்போம் என்று வாக்களிக்கிறார்கள் தாழக்குடிக்காரர்கள். இதைக் கொடுக்கவில்லை என்றால், தங்களின் சொந்த நடைமாடு தடுத்து எடுத்துக்கொள்ளலாம் என்றும் வாக்களிக்கிறார்கள்.

1 கொல்லம் 719ஆம் ஆண்டு ஆவணி மாதம் 31ஆம் தேதி புணைமுறிக் காரியமாவது குடனாட்டு ஆற்றூரில் தன்மன் அனந்தனுக்கு நாஞ்சி நாட்டுத் தாழைக்குடி

2 சேந்தன் மார்த்தாண்டக் குட்டியும் திருவம்பலஞ் சேந்தகுட்டியுமோம். புணைமுறியிட்டுக் குடுத்த பரிசாவது எங்கள் நயினார் சிறைவாய் மூத்த இருந்த

3 இடத்தின் பண்டாரத்துக்கு குற்றதெண்டம் .... புரட்டாதி 3ஆம் தேதி ஒடுக்கு பணம்

4 ஒடுக்கு பணம் 532 ஒடுக்கு பணம் 400 ஆக ....பணம் 1800 இந்த அவதி தோறுங் குடுப்போம். மேற்படி குடாதிருக்கில் எங்கள் உற்பத்தியுள்ளது எற்பெயர் பட்டதும் மூன்று

5 வட்டங்கை ஆண்டு கொள்ளுவாராகவும் கையாளு மிடத்து தடையிடை கூறு வருகில் தடை தீர்த்து குடுப்போமாகவு இந்த அவதி தோறும் பணங்குடுத்தோமில்லை.

6 நயினார் சேந்தன் ஈசுவரமுடைய நயினார் சீ பண்டாரத் தில் என்கிலும் வல்லான் வலியான் கையில் என்கிலும் இந்த முறியுங் குடுத்து பணம் 1800ம் வேண்டிக் கொள்ளும்

7 இப்படிச் சம்மதித்து இந்தப் புணை முறி எழுதிக் குடுத்தோம். சேந்தன் மார்த்தாண்டன் குட்டி மேற்படி திருவம்பலம் சேந்த குட்டியுமாம் தன்மன் அனந்தனு.

35

அடைப்பு முறி

ம.ஆ. 726 பங்குனி 6

கி.பி. 1551

இது அடைப்பு முறி, ஆளூர் சோழ பாண்டீஸ்வரர் கோவிலுக்குத் தேவையான பாத்திரங்களைச் செய்யும் பொறுப்பைக் காமன் அய்யன் செட்டி என்பவரிடம் ஒப்படைத்தனர். இதற்குரிய வெங்கலத்தையும் கொடுத்தனர். செட்டி தான் குறிப்பிட்ட 6 பலம் எடை உள்ள பாத்திரங்களைப் பங்குனி 5இல் கொடுப்பதாகவும் கொடுக்கவில்லை என்றால், என் நடை மாடு தடுக்கலாம் என அடைப்புமுறி கொடுக்கிறான்.

1 கொல்லம் 726ஆம் ஆண்டு பங்குனி 2 செய்த அடைப்புமுறிக் காரியமாவது ஆளூரான விக்கிரம சோழ

2 பாண்டியபுரத்து நாயனார் சோழப் பாண்டீச்சுரமுடைய நாயனார் சீ பண்டாரத்து பெரும்புளி இரிக்கும்

3 வெண்கலவாதில் செட்டிகளில் காமன் அய்யனேன் முறியிட்டக் கொடு(த்த) பரிசாவது நாயனார் சீபண்டா

4 ரத்து நின்னும் பரிகலம் அடுச்சுக் குடுக்க வாங்கின பரிகலம் பகரானால் எடை ஆறு தின் பல மும் மேற்படி மாதம் 5ஆம் தேதி

5 குடுப்பேனாகவும் அன்று கொடா தொழுகில் இதுக்கடுத்த சித்திரை மாதம் 2க்கு குடுப்

6 பேனாகவும் குடாதொழுகில் என் நடை மாடு செ கால் எப்பேர்ப்பட்டதும் தடுத்தும் வாச்சு வாங்கிக் கொடு

7 வாராகவும் தடுத்த பொருளுக் கழிவு வருகில் மேலும் பொருள் மேலும் குடுப்பேன்

8 இப்படி சம்மதிச்சு இந்த வெண்கலம் 6ம் கொண்டு இந்த அடைப்பு முறி இட்டு கொடு

9 காமன் அய்யனேன் நயினார் சீ பண்டா ரத்து இப்படிக்கு காமன் அய்யன் ஒப்பு.

10 இவர்கள் சொல்ல இந்த அடைப்பு முறி எழுதினேன் குறுநாட்டு வேம்பனூர் நராயணன் (ம) ருவான எழுத்து.

36

ஈடு ஓலை

ம.ஆ. 659 சித்திரை 10
கி.பி. 1584

தென்னாட்டு குறுநாட்டு வீரநாராயணன் சேரி சடையன் சீ பத்மநாபன் என்பவன் நெடுங்ஙோட்டூர் சங்கரன் தேவன் என்பவனுக்குக் கொடுத்த படுகலமுறி ஆவணம்.

பத்மநாபன் மேற்படியாரிடம் வாங்கிய கலியுகராமன் பணம் 44க்கும் மாதம் ஒன்றுக்கு 100க்கு 2 விழுக்காடு பலிசை கொடுப்பதாக ஒப்புக்கொள்ளுகிறான். அப்படிக் கொடுக்க வில்லை என்றால், தான் விலைக்கு வாங்கி அனுபவித்த ஒரு வயலை மேற்படியாள் எடுத்துக்கொள்ளலாம் என்கிறான். இந்த விவரம் இவ்வோலையில் விரிவாகக் குறிப்பிடப்படுகிறது.

1 கொல்லம் 659 ஆம் ஆண்டு சித்திரை மாதம் 10 தென்னாட்டு குறுநாட்டு வீரநாராயண சேரி சடையன் சீ பத்மனாபனேன் நெடுங்ஙோட்டூர் சங்கரன் தேவனும் படுகலமுறி யிட்டுக் குடுத்த

2 பரிசாவது இற்றை நாள் இவர் பக்கல் வாங்கின அன்றாடு வழங்கும் நெல்மேனிக் கலியுக ராமன் பணம் 44 இப்பணமும் நாற்பத்தி நாலுக்கும்

3 மாதம் ஒன்றுக்கு நூற்றுக்கு இரண்டு விழுக்காடு பலிசை பொலிவதாகவும் இப்படி பொலிந்த பலிசையும் முதலும், உடையான் வேண்டின போதே

4 குடுப்பேனாகவும் குடாதொழியில் நான் இவர்க்கு படுகலம் இட்டுக் குடுத்த நிலமாவது நாங்கள் விலை கொண்டு உடையனாய் ஆண்டு அனுபவித்து வருகிற அயிக்கான்

5 குளத்தின் கீழ் மேற்கு மடையால் நீருண்டு நெல் விளையும் அவநம் பெற்ற தடி / .... இந்நிலம் கலன் பத்துக்கு பெரு நான்கெல்லை கீழ எல்லை நெடுங்கண்ணுக்கு மேற்கு

6 தென்னெல்லை பெரும் பறையன் நிலத்துக்கு தெற்கு மேல் எல்லை நீர் போக்கு காலுக்கு கீழக்கு வடக்கில் கெல்லை துடவயலுக்குக்கும் நீர்போக்கு காலுக்கும் கிழக்கு

7 இவ்விசைந்த பெருநான்கு எல்லைக்குள்பட்ட நாணப் பெண. .... இதுவே படுகலமாக ஏறின பலிசைக்கும் முதலுக்கும் கூட கையாண்டு கொள்ளு

8 வாராகவும் கையாளும் மிடத்து அய்படு கடமையும் இறுத்து அனுபவித்துப் போருவராகவும் அனுபவித்துப் போருமிடத்து தடை கூறுவாராகில் தடை தீர்த்து

9 குடுப்பேனாகவும் தீர்த்து குடாதொழிகில் என் நடைமாடு செய் கால அய் வகைப்பட்ட பயன்படு பொருளும் நடையிலழியத்த தடுத்தும் வளைத்தும் தடை தீர்ப்பிச்சுக்

10 கொள்ளப் பெறுவாராகவும் தடுத்த பொருளுக்கு அழிவு வருகில் தடுத்தார் மேலும் பொருள மேலும் சார்பித்தாகவும் இப்படிச் சம்மதிச்சு இப்பணம் நாற்பத்து நாலும் கொண்டு இந்தப் படுகலமுறி

11 யிட்டுக் குடுத்தேன் சடையன் சீ பத்மநாபனேன் நெடுங்ஙோட்டூர் சங்கர தேவனுக்கு இப்படி இந்த படுகல முறிக் குடுத்தமைக்கு சடையன் சீ பத்மநாபன் எழுத்து

12 இவர்கள் சொல்லி படுமுறி எழிதினேன்

37

ஈடு ஓலை

ம.ஆ. 762 வைகாசி 11
கி.பி. 1587

இது ஒற்றி ஓலை. நாஞ்சில் நாட்டு அதியனூரான அழகிய பாண்டியபுரத்துக் கோவிலில் பணியாற்றும் கைக்கோளரில் தாணிக்குட்டிப் பறவைக்கரசும், புறத்தாய நாட்டுப் பணகுடியைச் சார்ந்த ஒருவனும் எழுதிய ஒற்றி ஓலை. திருநெல்வேலி

மாவட்டம் நாங்குனேரி வட்டம் பணகுடி ஊர் புறத்தாய நாட்டில் இருந்தது; அதோடு வேணாட்டின் ஒரு பகுதி புறத்தாய நாடு என்ற விவரமும் ஓலையில் உள்ளது.

1 கொல்லம் 762ஆம் ஆண்டு வைகாசி மாதம் 11ஆம் தேதி நாஞ்சினாட்டு அதியனூரான அழகியபாண்டியபுரத்து திருமேர்க்கோயிலில் திருக்கைக்

2 கோளரில் தாணிக்குட்டி பறைவைக்கரசும், புறத்தானாட்டு பணகுடியான உத்தம பாண்டியபுரத்து ....

3 பிசான ஆண்டில் மனை ஒற்றி ஓலை எழுதிய

38

ஸ்ரீதன ஓலை

ஆ.இ.

தந்தை ஒருவர் தன் மகளின் திருமணத்தின் போது, ஸ்ரீதனமாகக் கொடுக்கும் பொருட்களைப் பட்டியலிட்டு இவை அத்தனையும் கொடுத்திருக்கிறேன். இவளை இன்னாருக்குக் கன்னிகாதானம் செய்கிறேன் என்னும் விவரங்களை அரசு சார்பாளரான அதிகாரியின் முன்னிலையில் எழுதிக்கொடுப்பது ஸ்ரீதன ஓலை. இதில் சாட்சிக் கையெழுத்தும் இருக்கும்.

இங்கே குறிப்பிடப்படும் ஸ்ரீதன ஓலையை எழுதியவர் ஆளூர் விக்கிரம சோழ பாண்டியபுரம் செல்வன் திருக்குறுங் குடியோன் என்பவன் ஆவான். இவனுடைய மகளின் திருமணத்தின்போது எழுதப்பட்டது இந்த ஸ்ரீதன ஓலை.

திருக்குறுங்குடிச் செல்வன் தன் மகள் உடைய நாச்சியாரை நாஞ்சில் நாட்டில் ஒருவனுக்கு மணமுடித்து வைத்தான். அப்போது தங்க ஆபரணங்கள் 30 களஞ்சு (சுமார் 96 கிராம்) வெள்ளி 20 களஞ்சு (64 கிராம்) செம்புப் பாத்திரங்கள் வயல் ஒரு இடத்தில் 12 தடி; இன்னொரு இடத்தில் 20 தடி ஆகிய வற்றைக் கொடுத்திருக்கிறார். வயல் உத்தேசமாக 20 ஏக்கர் வரலாம். இவற்றுடன் பறையர் சாதியைச் சார்ந்த பரமன், பறைச்சி அய்யப்பி, இவர்களின் மக்கள் ஆகியோரையும் கொடுத்திருக்கிறான்.

இந்த ஓலை ஆளூர் என்ற விக்கிரசோழ பாண்டியபுரம் நகர சேனாதிபதி கூத்தன் கண்டன் முன்னிலையில் பதிவு செய்யப்பட்டிருக்கிறது. சாட்சிக் கையெழுத்தை ஆட்கொண் டான் போட்டிருக்கிறான். பத்திரத்தை ஒரு அதிகாரி சொல்லப்

அ.கா. பெருமாள்

பொதுவன் எழுதியிருக்கிறான். இவன் ஊர்க்கணக்கனாக இருக்கலாம்.

இந்த ஓலையில் ஆண்டு இல்லை; ஸ்ரீதனம் கொடுத்தவனின் சாதியும் இல்லை. ஏற்கெனவே நூல் வடிவில் வந்த முதலியார் ஆவணங்களின் (அ.கா. பெருமாள், *2006*) ஸ்ரீதன ஓலையின் மொழி. வழக்காறு அடிப்படையில் இந்த ஓலை ஒத்துப் போவதால் இதை 16ஆம் நூற்றாண்டினது என்று கூறலாம்.

1 .... மாவது ஆளூரான விக்கிரம சோழ பாண்டிய புரத்துச் செல்வன் திருக்குறுங்குடியேன் என் மகள் உடைய நாச்சியாரை நாஞ்சி . . .

2 .... ன்னியாத் தானமாகக் குடுத்து இவருக்கு ஸ்ரீதனமாகக் கொடுத்த பொன் முப்பதின் கழஞ்சு வெள்ளி இருபதின் கழஞ்சு செம்பு . . .

3 .... தடி *10* .... பா .... பழாந்தடி *12*ம் நெட்டிறைத்தடி *10*ம் ஆகத் தடி *32* ....மாக

4 பறையன் பரமனும் பறைச்சி அய்யப்பியும் மக்களும் எகாணையும வீடு

5 ....தும என் மகள் உடைய நாச்சியா ....கு கன்னியாதானமாகக் கொடுத்தேன் செல்வன் திருக்குறுங்குடி

6 . . .தானமாகக் கொடுத்தேன் செல்வன் திருக்குறுங் குடியென் இப்படிக்கு இவனைத்

7 செல்வன் திருக்குறுங்குடி எழுத்து. கூத்தன் கண்டனாகிய நகர சேனாதிபதிகள் எழுத்து

8 ....ண்டான் சேனாபதி தற்குறிக்கும் இவை ஆழட்க் கொண்டான் நம்பி எழுத்து இப்படி அறிவே ....

9 ....சொல்ல மேற்படி ஸ்ரீதன வோலை எழுதின மேற்படி நகரத்துப் பொதுவன் செல்வன் எழுத்து

39

அரசரின் அழைப்பு

16 நூற்.

கொல்லம் சிவன் கோவில் கும்பாபிஷேகத்துக்கு வடமீதி தென் மீதி மக்கள் வர வேண்டும் என அரசர் அனுப்பிய அழைப்பிதழ் தொடர்பான ஆவணம்.

கொல்லத்தின் அருகே உள்ள சில கிராமங்களில் சிவன் கோவில்கள் உள்ளன. இவை கடந்த 22 வருஷங்களாக நிகழ்ந்த படையெடுப்பின் காரணமாக மிகவும் சேதப்பட்டன. இந்தக் கோவில்களுக்குச் சொந்தமான நிலங்களும் இவற்றின் அருகே உள்ள மனைகளும் பராமரிப்பில்லாமல் ஆயின. இந்தக் கோவில்களில் பூசையில்லாததால் பழுதாயின. இப்போது இந்தக் கோவில்கள் பழுதுபார்க்கப்பட்டுள்ளன. இக்கோவில்களின் அருகே அரசர் தங்குவதற்குரிய சிறிய கட்டிடங்களும் (கொட்டாரம்) அமைக்கப்பட்டுள்ளன.

கொல்லம் புதுக்குளம்கரை அருகே இருக்கும் சிறிய கொட்டாரத்தின் முன்பு உள்ள சிவன்கோவிலின் மராமத்துப் பணியும் மேடமாதத்தில் 22ஆம் தேதி (சித்திரை) முடிந்துவிட்டது. கற்கடக மாதத்தில் (ஆடி மாதம்) மூலப்படிமங்களும் புதுப்பிக்கப் பட்டன. இந்தப் படிமங்களைக் கோவில்களில் பிரதிட்டை செய்யவும் தீர்மானிக்கப்பட்டது. இங்கே ஆனந்தவல்லி அம்மனின் படிமமும் பிற பரிவார தெய்வங்களின் படிமங்களும் பிரதிட்டை செய்யப்பட்டு கலச பூசைக்குத் தயாராக உள்ளன. இக்கோவிலில் விழாவும் நடக்கும்.

இந்த இடத்தில் உள்ள கோவிலுக்குப் புதுக்குளங்கரை ஆனந்த வல்லீஸ்வரம் எனவும் சிறிய அரண்மனைக்குப் பெருமாள் கொட்டாரம் எனவும் பெயரிடப்படும், இங்கு நடக்கும் விஷேசங்களுக்குத் திருவனந்தபுரம் கோவில் யோகக் காரர்களும் திருச்சிரப்பேரூர் (திரிசூர்) திருநாவாய் என்னும் இரண்டு ஊர்களிலுள்ள யோகக்காரர்களும் சந்நியாசிமார்களும் வைதீகர்களும், மாம்பள்ளிகளும் இங்கு வந்துவிட்டார்கள். ஆகவே தென்மீதி வடமீதி நாட்டுக்காரர்கள் எல்லோரும் 19ஆம் தேதி பரவூருக்கு வந்து கூட வேண்டும். 20ஆம் தேதி குறிப்பிட்ட இடத்திற்கு வர வேண்டும் என அழைப்பு அனுப்பப்படுகிறது என்ற செய்தி இதில் உள்ளது. இது அரசரின் நீட்டு.

1 கொல்லத்து ....ங்ஙளாயிட்டும் சிவ க்ஷேத்திரங்ங ளாயிட்டும் பலதும் ஒண்டாயிருந்தது 22 வருஷம் படைக் காலத்து சேதம் வந்து போக கொண்டும் தேவனதம் (தேவசம்) வகை ஆயிட்டு ஒள்ள நிலமும் புரையிடமும்

2 பண்டார மாயிட்டு கரை ஏறி இப்போள் அவிடே ஒள்ள க்ஷேத்திரங்களில் பூஜை தன்னேயும் நேரா வண்ணம் கழியாதே கிடக்கக் கொண்டும் சேழம் ஒள்ள தலங்ஙளிலொக்கேயும் கோயிக்கல் கொட்டாரங்கள் வைப்பிச்சிரிக்குந்ததினு சமீபத்து க்ஷேத்திரங்கள்

3 ஒண்டாது கொண்டு கொல்லத்து புதுக்குளங்கர கொடிச்சிரிக்கிந்ந கொட்டாரத்தினின்றே வாயு கோணில் முன்பினாலே அழிஞ்ஞு கிடந்த சிவக்ஷேத்திர பணியும் செய்விச்சு மேடமாதம் 22 கற்கடகம் ராசி கொண்டு மூலவிம்ப த்திங் கிலெக்கு நவீகரணவும்

4 கழிப்பிச்சு அவிடக்கூடே பிரதிட்டிச்சின்ன தாயாயிட்டு திருவனந்தபுரத்து வச்சு இப்போள் தீர்பிச்ச ஆனந்தவல்லி அம்மன்றே விம்பத்தினேயும் சேழம் உபதேவன் மாரிடே விம்பங்களேயும் பிரதிட்டிச்சு கலசவும் கழிப்பிச்சு பூசைக்கும் உல்ஸ்வத்தினும்

5 வக விடத் தக்க வண்ணம் புதுக்குளங்களாற ஆனந்த வல்லீஸ் வரமெந்நும் அவிடே ஒள்ள கொட்டாரத்தினு பெருமாள் கொட்டாரம் எந்து பேரும் இடத்தக்க வண்ணவும் நிச்செயிச்சு திருவனந்தபுரத்து நிந்நும் யோகத்திலுள்ள பேரையும் பஞ்ச தேசிகளேயும் திரச்சிவபேரூர்,

6 திருநாவுர, ரண்டு யோகத்திங்கலும் ஒள்ள ஆளுகளேயும் ஸன்னியாஸிமாரையும் வைதீகன்மாரையும் மாம்பள்ளியையும் அவிடே எத்திச்சிரிக்க கொண்டு நிங்ஙள் எல்லா பேரும் 19ஆம் தேதி பரவூர்ச் செந்நு கூடி 20ஆம் தேதி காலத்து

7 எத்துகையும் வேணும் எந்நும்

8 இக்காரியஞ் சொல்லி தென் மீதி வட மீதி நாடமைந்த பேர்ரு நீட்டு

9 எழுதிவிடு எந்நு திருவுள்ளமாய நீட்டு

40

விலை ஓலை

ம.ஆ. 777 ஆவணி 2 ஞாயிறு

திருவோணம் அமரபட்சம்
திரையோதேசி

கி.பி. 1601

இது விளைவிலை ஓலை. தென்னாட்டுக் குறுநாட்டு வீர நாராயண சேரியில் பறைச்சேரியில் வாழ்கின்ற பள்ளரில் ஆண்டி அவையத்தான் என்பவனும் இதே ஊரில் வாழும் சோனச்சன் என்பவனும் ஆளூர் சுனை நீர்க்குறிச்சியில் வாழும்

தேவன் துள்ளனான காங்கேயர் என்பவருக்கு விலையாக எழுதிக் கொடுத்ததே இந்த ஓலை.

மேற்படி ஆண்டி அவையத்தானும் சோனச்சனும் ஆண்டு அனுபவித்துவரும் நிலம் மணக்கரை கட்டியான் பற்றில் உள்ளது. இந்த நிலத்தின் எல்லை ஆவணத்தில் விரிவாக வருகிறது. ஆவணம் முடியவில்லை.

1 கொல்லம் *777* வருஷம் ஆவணி மாதம் *2*ஆம் தேதி நாகிறாட்சையும் திருவோணமும் அமரபக்கிழத்து திரையோதேசியும் பெற்ற இன்னாளால் எழுதின விளைவிலை ஓலைக் காரியமாவது தென்னாட்டு குறுநாட்டு

2 வீரநாராயண சேரியில் பனைவிளை பறைச் சேரியில் இருக்கும் பள்ளரில் ஆண்டி அவையத்தானும் மேற்படி சோனச்சனும் ஆளூரான சுனைநீர் குறிச்சி தேவன் துள்ளன காங்கயர்க்கு விலை

3 எழுதிக்குடுத்த பரிசாவது நா ... கொண்டு ஆண்டனு பவித்து வருகிற விளை கோட்டு மணக்கரை கட்டியான் . . .

4 பற்றில் அக்கரை விளைக்கு பெருநான் கெ(ல்லை) கீழ் எல்லை வீரநாராயண சேரி பற்றில் செட்டி கோணத்து . . . முறிக்கு வடக்கு மேல எல்ல அய்யப்பன் விளைக்கு

5 வடவெல்லை பண்டார விளைக்கு தெற்கு இன்னான்கு எல்லை நடுவில் கிடந்த அக்கரை விளையில் எங் .... ஒன்றும் விலையாக நால்வர் எண்மர் கூடி வாயில் பறைஞ்ஞூ இசைந்து

6 விலை நீர் செயித்த விலைய பொருள் அத்தமெலாம் விலையாவணக் களத்தே காட்டி ஒற்றி கைச்சிலவாக் கொண்டு விலைக்கு விற்று விலகலம் செய்து எழுதி நீரொடும் வாத்து

7 குடுத்தோம் ஆண்டி அவையத்தானும் ஆண்டி சோனச்ச னும் தேவன் துள்ளன் காங்கய நயினர்க்கு இம்மார்

22

விலை ஓலை

ம.ஆ. 783 ஆவணி 10

கி.பி. 1607

நாஞ்சில் நாட்டில் அதியனூரான அழகியபாண்டியபுரத்து நகரத்து கோவிந்தன் சோண வயிராவணர் மலையாள ஆண்டு *783*ஆம் ஆண்டு (கி.பி. *1607*) ஆவணி மாதம் *10*ஆம் தேதி

மணலிக்கரை இராமவர்மராய சிறைவாய் மூத்த அம்மாவன் பண்டாரம் பனையறை விக்கிரமனுக்கு விலை எழுதிய ஓலை

1 நாஞ்சி நாட்டு அதியனூரான அழகியபாண்டியபுரத்து நகரத்து

2 கோவிந்தன் சோணவயிராவணர் . . . 783ஆம் ஆண்டு ஆவணி 10ஆம் தேதி

3 மணலிக்கரை இராமவன்ம ராய சிறைவாய் மூத்த அம்மாவனு

4 பண்டாரம் பனையறை விக்கிரமனன்றெ வகை வழிக்கு விலை எழுதிய

5 காணியாட்சை கூறு அஞ்சினும் எழுதிய விலை ஓலை மத்தியூர் பாப்பக்குட்டி பளூர் நாயர்

6 மேற்படிநாட்டு மேற்படி யூரில் நகரத்து உடைய நயினான மாற்கண்ட முதலியார் கையில் கொடுக்கையில்

7 அந்த விலை ஓலை நாம் வேண்டிச்சு கோவிந்தன் சோணை வயிராவணருக்கு கொடுத்து என்றும் இது 814ஆம் ஆண்டு

8 பங்குனி மாதம் 26ஆம் தேதி கற்பித்தமைக்கு காணியாச்ச ஓலை யறியவகக்குள் நாட்டு .... நகரத்து

9 திருவம்பலமுடையான உடையநயினான் மார்த்தாண்ட முதலியாருக்கு பிடிபாட்டு

10 நீட்டு எழுதிவிடு என்று திருவுள்ளமாய நீட்டு.

42

சடங்கு விபர ஓலை

ம.ஆ. 791 புரட்டாசி 14
கி.பி. 1616

அழகியபாண்டியபுரம் ஊரில் வாழும் நாஞ்சில் நாட்டு நிர்வாகியாக இருந்த ஆதிச்சன் குட்டி வணிகராமன் முதலியார் தொடர்பான ஓலை ஆவணம் இது. வணிகராமன் முதலியாரின் இறப்புச்சடங்கு; பின்னர் நடக்கும் நன்மை, தின்மை போன்றவற்றிற்காக ஒதுக்கப்பட்ட தொகை அழகிய முதலியாரிடம் இருந்தது. அவர் செட்டிகுன்ற பெருமாள், என்பவர் வசம் 3,000 பணம் கொடுத்ததைக் குறிப்பது. இதற்கு நால்வர் சாட்சி உண்டு.

இந்த ஓலை எழுத்துத் தமிழிலும் மொழி மலையாளத் தமிழ்க் கலப்பிலும் அமைந்தது.

1 791ஆம் ஆண்டு புரட்டாதி மாதம் 14 தேதி அழகிய பாண்டியபுரத்து ஆதிச்ச குட்டி வணிக

2 இராமன் முதலியார் பேரால் மேற்படியான் சேட்டன் செறிய பக்கம் அழகிய முதலியார்

3 சாவேற்றுகையில் மேற்படியான் பேரில் நன்ம தின்ம வரவேண்டுமதி (வ கா)

4 பண்டாரப் பனையறை தேவனீச்சுவரன வசம் ஒடுக்கி னென்னாலகுடம் கொட்டின்ற வகைக்க

5 என்ன வகைக்கு செட்டி குன்ற பெருமாள் வசம் ஒடுக்கு பணம் 1500 மேற்படி சிலயான வசம் மேற்படி வகை

6 ஒடுக்கு பணம் 1500 ஆக வகை 2னால் ஒடுக்கு பணம் 3000க்கும் கணக்கு கண்டன் கேரளன்

7 பணம் 3000க்கும் கணக்கு ஈச்சுரன் அய்யப்பன்

8 பணம் 3000க்கும் கணக்கு இரவிரவி

9 பணம் 3000க்கும் கரமன மாத்தாண்டன்

10 மாறி பிடித்தது பணம் 3000க்கும்

11 ஸ்ரீ பெருமாள் சிவிந்த எழுத்து

43

குத்தகை பிரச்சனை

ம.ஆ. 809
கி.பி. 1634

நாஞ்சில் நாட்டில் ஆளூர் உள்ளிட்ட பகுதிகளில் குத்தகை நெல் அளப்பது குறித்த தகராறு இருந்து வருகிறது. நாஞ்சில் நாட்டுக் கூட்டத்தலைவரும் முதலியாரும் அரசு அதிகாரியும் ஒன்றாகக் கூடி விவாதித்தனர். நெல் அளக்கும் முறைகளான தாங்களவு, ஒப்பளவு இரண்டில் தாங்களவு கூடாது; ஒப்பளவே சரியானது என்னும் செய்தியை ஓலையில் பதித்தும் கல்லில் வெட்டியும் அறிவிக்கப்பட்டுள்ளது.

அ.கா. பெருமாள்

ஆகவே இப்போதிருந்து குத்தகை நெல்லை அளப்பதற்கு ஒருவகை மரக்கால்; பிறகாரியங்களுக்கு அளப்பதற்கு ஒருவகை மரக்கால் என இரண்டுவகை மரக்கால்கள் அறிமுகப்படுத்தப் பட்டதை நினைவுபடுத்துகிறோம். இது இந்த கொல்லம் 809ஆம் ஆண்டு முதல் நடைமுறைப்படுத்தப்படுகிறது. இது ஆளூர் ஊரைச் சார்ந்தவர்களுக்கு நீட்டும் ஆகும்.

1 ஆளூர் உள்ளிட்ட பற்றில் பாட்டம் கடமை உள்பட்ட நெல்வகைக்கு அளவின்றே தர்க்கம் ஒண்டாகையால்

2 நாட்டாரும் முதலியாரும் அதிகாரியும் கூட பறெஞ்ஞு தெளிஞ்ஞுவரெயும்

3 தாங்களவும் கூடாதெ ஒப்பளவு ஆக அளந்து போகுமாறும் கல்ப்பிச்சு கல்லுலவெட்டிச்சு

4 நம்பாடு இஞ்ஞு நிந்நும் வெச்ச மரக்கால் இரண்டு இதில் நாட்டாருக்கு கைய்யாளிக்க

5 மரக்கால் ஒந்நும் கீடமைப்பு காறெர்க்கு கையாளிக்க மரக்கால் ஒந்நும் ஆக இவ்வகைப்படி

6 மரக்கால் கொண்டு 809 தாம். . . கல்முதல் பூத்தோறும் ஆண்டுவரெயும் அளந்நுபோகும் மாறும் கல்ப்பிச்சு ஆளூர் ஊரமைந்த

7 பேர்க்கு நீட்டு எழுதிவிடு என்று திருவுள்ளமாய நீட்டு

44

மொழி ஓலை

ம.ஆ. 809
கி.பி. 1694

அழகியபாண்டியபுரம் ஊரிலுள்ள காணியாளர் எல்லோரும் கூடி எழுதிய மொழி ஓலை. அழகியபாண்டியபுரம் காணியாளருக்கும் குறத்தியறை ஊருக்கும் காணியாட்சை உரிமை தொடர்பாக மரபு வழியாக நடப்பதற்கு உதவ வேண்டும் என்பதை அரசு அதிகாரிகளுக்கு தெரிவிப்பது. இந்தக் காணியாளர் 16 பேர்களும் அரசரைக் கண்டு அறிவிப்பதற்குரிய செலவுகளைப் பங்கிட்டுக்கொள்ளுவது பற்றியும் இவ்வாவணத்தில் குறிப்பு உள்ளது.

உடைய நயினான் முதலியார்	3½
திருவம்பலமுடைய முதலியார்	1¾
சிறுவம்பலமுடைய முதலியார்	1¾
பெருமாள் முதலியார்	3½
சோலை முதலியார்	2
பெண்வழி முதலியார்	1½
மொத்தம்	14

இந்த ஆவணம் எழுதப்பட்ட காலத்தில் வேணாட்டு அரசராக ரவிவர்மா (1684–1718) இருந்திருக்க வேண்டும். இவன் காலத்தில் வரிப்பிரிப்பதில் அதிகாரிகள் தில்லுமுல்லு செய்தனர்.

இவ்வாவணம் வழி பெண்களுக்கும் காணியட்சையில் உரிமை இருந்தது தெரிகிறது.

1 809 அல்பசி 24ஆம் தேதி அழகியபாண்டியபுரத்துக் காணியாளர் ஒக்க கூடி மொழி ஓலை எழுதிக் கொண்டோம் குசத்தியறை ஊருக்கும் எங்களுக்கும் காணியாட்சை

2 சுவந்திரியங் கொண்டு பண்டு முன்னுக்கு அற்றபடி எங்கள் சுவந்திரியம் தாரதது கொண்டு நாம் ஒக்கக்கூடி இராசகிரகத்திலெ கரை ஏறி இது காரியம் சாதிக்கிறதுக்கு

3 இராச தலையில் சென்ற பணமெல்லாம் நாம் ஒக்க கூடி பதினாலு கூற்றுக்காறரும் கூற்று வீதத்தினாலே சிலவளிந்த முதல் எல்லாம் எடுத்து சிலவளித்து நம்முடைய

4 மேனிவுடெ காரியங்கண்டு வருமொமாகவும் இந்தப்படியே சிலவளித்த முதல் எல்லாம் பதினாலு கூறுயிட்டால் உடைய நயினா முதலியார் கூறு 3½ம் பெரிய

5 திருவம்பலமுடைய முதலியார் கூறு 1¾ம் சிறுதிருவம்பல முடைய முதலியார் உள்ளிட்டார் கூறு 1¾ம் பெருமாள் முதலியார் கூறு 3½ சோணை முதலியார் கூறு இரண்டு

6 பெண்வழி 1½ம் ஆக கூறு 14 கூற்றுக்குள்ளே சிலவளிந்த முதல் எல்லாம் வைச்சுப் போக்குக் கொள்ளுவோராகவும் இந்தப் படிக்கு மூத்ததம்பிரான்

7 திருவாணப்படியேது அல்லாது இப்படிக்கு உடைய நயினா முதலியார் எழுத்து. இப்படிக்கு அரிய திருவம்பலமுடைய முதலியார் சொற்படி சோணை முதலியார் எழுத்து

8 இப்படி சிறு திருவம்பலமுடைய முதலியார் உள்ளிட்டார் எழுத்து இப்படிக்கு பெருமாள் முதலியார் எழுத்து இப்படிக்கு வயிராவ முதலியார் எழுத்து

9 இப்படிக்கு பெண்வழி மாத்தாண்ட குட்டி முதலியார் எழுத்து; இப்படி இவர்கள் சொல்ல இந்த ....

45

பயிரேற்ற உத்தரவு

ம.ஆ. 896 மாசி 26

கி.பி. 1720

கிழக்கே இருந்து நாயக்கர் படைகளைச் சமாதானம் பேசி மறுபடியும் கிழக்கே அனுப்பிவைக்கப்பட்டுள்ளது. படைகளுக்குப் பயந்து தங்கள் இடங்களிலிருந்து குடிபெயர்ந்தவர்கள் மீண்டும் தங்கள் இடத்திற்குக் குடியேறலாம். இப்படையெடுப்பால் அந்தப் பிரச்சினைத் தீர்ந்து மறுபடியும் பயிர் செய்யலாம்.

1 கிழக்கு நிந்நும் வந்த இராணுவும் குதிரையும் சேவுகம் ஒழிச்சு கிழக்கே

2 அயக்கயும் செய்தூ தொரு வசனங்கள் எல்லாவரும் ஒண்ணிச்சு திருவாட்டாற்று

3 எத்தி பறையெணடுந்நதும் ஒக்கையும் கீழமருசாதி வலிய அம்மாவன்றே

4 நேத்து நடந்நு வந்ந பிறகாரத்தினு ஒக்கையும் நடக்கத்தக்க வண்ணமா யிட்டு

5 பறஞு தெழிகையும் செயதூ தங்கள் எல்லாவரும் கீழ மருசாதி போலே

6 நாஞ்சிநாட்டு வந்நு குடியும் இருந்து காலதாமதம் வந்நு போகாதே கண்டு நாள்ச் செயிது

7 பயிர் செயிகையும் வேணும் இச்செயிதிரு எண்ணூற்று தொண்ணூற்று ஆறாமாண்டு மாசி மாதம்

8 இருபத்தாறாம் தெயிதி கல்பித்தமைக்கு தென்வீதியமைந்த பேர்க்கு

9 நீட்டு எழுதிவிடு எந்நு திருவுள்ள மாய நீட்டு

46

ஈடு ஓலை

ம.ஆ. 909 கார்த்திகை 26

கி.பி. 1733

அழகியபாண்டியபுரம் பிடாகை மக்களுக்கு அறிவிப்பது. குறத்தியறை ஊர் காணிக்குடி சிங்கம்பெறு நாயர், வேலாயுதன் கிராமக்குட்டி ஆகியோர் நிலப் பிரச்சினை தொடர்பாக நாட்டுக் கூட்டத்தில் பேசப்பட்டது. இதற்கு சில உரிமையும் வழங்கப் பட்டது.

1 அழகியபாண்டியபுரத்துப் பிடாகையார் கண்டு

2 குறத்தியறை காளிக்குடி சிங்கம்பெறு நாயர் வகையாக, அன்னிய முடிஞ்ஞு

3 எடுத்த, வேலாயுதன் இராமக்குட்டி புள்ளி ஒன்று பாதியும் கரையும்

4 கூட சிவனடியான் நாராயணனு நீட்டு கொடுத்து எந்து அறிஞ்ஞு;

5 ஊர்க் கூட்டத்தினு நாட்டுக் கூட்டத்தினும் கூட குறை தீர்ந்து, சுபந்திரியங்களும்

6 கொடுத்து, கூடி நடந்துகொள்ளுமாறும் இப்படிக்கு 909 வருஷம் கார்த்திகை மாதம் 26ஆம் தேதி

7 திருவுள்ளத்தின்படி நின்று எழுதின (ஒப்பம்) அணைஞ்ச பெருமாள் ஆறுமுகம் எழுத்து

47

நெல்லை அளப்பது தொடர்பு

ம.ஆ. 909 அய்பசி 24

கி.பி. 1733

மங்கலம் முதல் மணக்குடிவரை உள்ள வடமீதி தென்மீதி எனப்படும் இரண்டு வகை நாட்டுப் பிரிவில் உள்ளவர்கள், எல்லோரும் கோவில் சங்கேதம் எனப்படும் இருவகையான நிலங்களைப் பயிரிடுபவர்கள், நாகர்கோவில் நாகராஜாகோவில் திருவாசலில் கூடினர். அப்போது திருவிதாங்கூர் அரசரான மார்த்தாண்டவர்மா நாட்டு மக்களுக்கு முகம் காட்ட நாகர்கோவிலுக்கு வந்திருந்தார். மக்களின் சங்கடங்களைக்

கேட்பதற்கு வந்ததாகவும் அறிவித்தார். அப்போது நாட்டார்கள் வையாவரி நீக்கப்பட்டது குறித்தும் நெல்லளவு முறைகளில் ஒப்பளவே பின்பற்ற வேண்டும் என்றும் மார்த்தாண்டன் மடத்துக்கு சொந்தமாக இருந்த நிலத்தின் தொடர்பாக, அந்த மடத்தின் அதிகாரி நாராயணன் கிருஷ்ண பிள்ளை எழுப்பிய பிரச்சினை பற்றியும் மார்த்தாண்டவர்மாவிடம் முறையிட்டார்கள்.

1 மங்கல முதல் மணக்குடி வரை இரண்டு வகை நாடும் தளி சங்கேதம் உள்பட குறிபிடிக்கும் புள்ளிக்காரர் எல் . . .

2 நாகர்கோவில் திருவாசலில் கூடியிருந்து தம்பிரான் வஞ்சி மார்த்தாண்ட வர்மர் தம்பிரான் நாகர்கோவில்

3 எழுந்தருளியிருந்தருள நாட்டார் முகங்காட்டி பலபல தங்கடமும் திருமனசில அறிவிச்சபடிக்கு திருமனது கொண்டு தங்கடம்

4 வழியாவது மெல்லபட்டு வையாவரியும் மாத்தால் பத்தும் ஒழிஞ்சு தந்தவர்கள் நீட்டும் கற்பிச்சு தந்து ஒழிஞ்சவர்க்கு பணம் 100 909 வருஷம் 6 தேதி சம்மதிச்சு.

5 நீட்டும் தந்து கற்பிச்சு தந்து 906 வரை நெல்வகை பணவகை எறபெருக்கும் 909 வருஷம் 6 அஞ்சாலியும் ஒளிஞ்சு நீட்டும் தந்து கற்பித்த

6 அந்தந்த ஊர்தோறும் தளி சங்கேதம் உள்பட நெல் வகைக்கு குடி மரக்கால் எடுத்து அழக்கவும் கொட்டி அழக்காமல் ஒப்பழவாக அழக்கவும் அன்றாடுடகன்

7 குடுக்கவும் கற்பிச்சு மார்த்தாண்டன் மடத்துக்கு நாராயணன் இருட்டிண பிள்ளை கூடவும் கற்பிச்சு இருந்தபடி அல்லாமல் ஏறிமாறி குடுத்தவனையும் எறிமாறி வாங்கினயும்

8 சோதினைக்கும் கற்பிச்சு நெல்லுகொட்டி அழந்தகை தரிக்கவும் கற்பிச்சது மொழி 909 வருஷம் அய்ப்பசி மாதம் 24 கற்பிச்ச மொழி வடவகை தென்மீதி நாடமைந்த ஆணை...

48

மேல்வாரச் சிக்கல்

ம.ஆ. 912 ஆனி 22

கி.பி. 1737

அழகியபாண்டியபுரம் உள்ளிட்ட இடங்களில் உள்ள அரசருக்குச் சொந்தமான, மற்றவர்களுக்கும் சொந்தமான நிலம் தொடர்பான

மேல்வாரம் பற்றிய செய்தி. இதில் நிலத்தின் மேல்வார அளவு விளக்கப்படுகிறது.

1 அழகியபாண்டியபுரம் உள்ளிட்ட பற்று பெரும் பற்று வகைக்கு கரைக்கும் புள்ளிக்கும் நீட்டு

2 கொடுக்கயில், கடுக்கரை வீரகெரளச் செம்பி அரசன் காணித்தானம் ஒன்றுக்கு பெரும் பற்று

3 மேல்வாரப் பேரின்படிக்கு மேல்படியுள்ளி நிலம் இரண்டு மாக்காணி முந்திரியின் கீள் மூன்று மாமுக்காணி

4 அதில் தன்மை ரெண்டாம் தரம் நிலம் முந்திரியின் முக்காலே மூன்றுமா முக்காணி அதில் வாதிலி

5 அகரப்பற்று நிலம் ஒரு மாக்காணி அரைக்காணி முந்திரி யும் நீக்கி நிலம் முக்காணியின் முக்காலே மூன்றுமா முக்காணி அதில் மேல் வாரத்துக்குத் தரிசு நாலாந்தரம் நிலம் கீளனாலோ மாகாணியும்

6 நாலிலரை முந்திரியின் காலே அரைக்காலும் ஆக நீக்கு நிலம் அரைமா அரைக்காணி முந்திரி நாலாந்தரத்துக்கு திருவைப் படியுள்ள மேல்வாரத்தினு

7 சிட்டியும் பிடிச்சு செலவறுத்து தந்த காணித்தானமும் குறை தீர்ந்த மேப்படிப் புள்ளியும் பரிச்சு மிக்கவாரமும் எடுத்து இயாபிச்சுங் கொண்டு கீழ் மருசாதி நடந்து போந்நதின்

8 வண்ணம் ஆசந்திர தாரவெச்சந்ததிப்பிரவேசமே இயாலிச்சு கொள்ளுமாறும் செயிக இது தொள்ளாயிரத் தொருபத்திரண்டாம் ஆண்டு

9 ஆனி மாதம் இருபதாம் தெய்தி கல்பித்தமைக்கு நகரம் ஆதீச்சன் பூதனாதன் வணிகராமருக்கு நீட்டு எழுதிவிடுஎந்நு திருவுள்ளமாயது நீட்டு

49

குத்தகை தொடர்பு

நிளவு
ம.ஆ. 913 பங்குனி 10
கி.பி. 1738

நாஞ்சில் நாட்டில் தென்மீதி நாட்டார்கள் அறிவதற்காக எழுதப்பட்ட ஓலை. நாஞ்சில் நாட்டில் அரசர்களுக்கு உரிமை உடையதான நிலங்களும் கோவில்களுக்கு உரிமை உடையதான

நிலங்களும் ஆக இரண்டு வகைப்பட்டதான நிலங்கள் இருந்தன. இந்த நிலங்களை மலையாள ஆண்டு 913 முதல் (கி.பி. 1738) பாட்டம் எடுத்துப் பயிரிட்டு வருபவர்கள் கொடுக்கும் பாட்டப் பணத்தைவிட அதிக அளவில் பணம் கொடுப்பதற்காக யாரேனும் முன்வந்தால் அவர்களுக்கு முன் குறிப்பிட்ட இரண்டு வகை நிலங்களையும் பாட்டம் கொடுக்கலாம். அப்படி யாரும் முன்வரவில்லை என்றால் ஏற்கெனவே உள்ள பாட்டக்காரர்கள் நிலத்தைப் பயிரிட அனுமதிக்கலாம்.

புதிதாகப் பாட்டம் எடுக்க விரும்புபவர்கள் ம.ஆ. 915 வருஷம் முதல் (1740) ஒரு கோட்டைக்கு 1 பணம் வீதம் மாராயம் கொடுக்க வேண்டும் என்றும், இந்த ஒப்பந்தம் 3 ஆண்டுகள் செல்லுபடியாகும் என்றும் கூறப்படுகிறது. இதற்குரிய அடை ஓலை எழுதிக் கொள்ளலாம்.

இந்த ஆவணம் தமிழ் எழுத்துவடிவிலும் மலையாள மொழியிலும் அமைந்தது.

1 வடவகை தென்வீதி நாட்டார் கண்டு

2 வடவகை தென்வீதியில் நம்மிடே வகையாயிட்டும் சேத்திரங்ஙள் வகையாயிட்டும் பலவகையும்

3 ஆயிட்டு ஒள்ள உல்பத்திகளுக்கு 913 வருஷம் பாட்டம் கிருஷி செயிது வந்நதின் வண்ணம் தன்னே கிருஷி செயிது

4 கொள்ளுகெயும் வேணும் பாட்டம் கூட்டி ஏக்குந்த ஆளுகள் ஒண்டெங்கில் அதின் வண்ணம் பழைய பாட்டக்காரன்

5 ஏற்று செயிது கொள்ளாமெங்கில் அதின் வண்ணம் செயிது கொள்ளுகெயும் வேணும் தனது வகக்கும்

6 இறையிலிவகக்கும் அவரவர் தனது செயிவர் நெந்நு வைச்சால் அவரவர் செயிது கொள்ளட்டே மற்றொருத்தருக்கு பாட்டம் எடுத்து

7. கொடுப்பாரெந்நு வைச்சால் சம்மதிக்கெண்டா இருதின் வண்ணம் 914 வருஷம் முதல்கு கிரிசி செயிது வரிகெயும் வேணும் ஒரு கோட்டை

8. நெல்லினு ஒரு பணம் வீதம் மூந்நூ (3) வருஷத்தேக்கும் அடுக்கு முதலும் அடை ஓலைக் காச்சையும் கொடுத்து கிரிசி செயிது கொள்ளுகயும்

9. வேணும், எந்நும் இப்படி 913 வருஷம் பங்குனி மாதம் 10 தேதி திருவுள்ளத்தின்படி நினவு எழுதின (ஒப்பம்) திருமுகத்து மாதேவன் மேற்படியான் எழுத்து

50

நெல்லை அளப்பது பிரச்சினை

ம.ஆ. 914 மார்கழி 17

கி.பி. 1739

அழகியபாண்டியபுரம் முதலியாருக்கு உட்பட்ட பிடாகைக் காரர்களுக்குத் திருவுள்ளத்தின்படி ஓலை இது.

மங்கலம் முதல் மணக்குடிவரை உள்ள நாஞ்சில் நாட்டுப் பகுதிகளில் பாட்டம் மேல்வாரம் போன்றவற்றிற்கு நெல் அளப்பதற்குப் பலவகையான மரக்கால்கள் பயன்படுத்தப் படுகின்றன. நெல் அளக்கும் போது உதிரிபிடித்து அளப்பது. அடிமரக்காலில் கையைப் பிடித்து அளப்பது என்ற முறைகளிலும் நெல் அளந்தபின் சிந்திக் கிடக்கின்ற நெல்லைப் பெருக்கிக் கூட்டுவது என்பது தொடர்பாக ஏற்படும் பிரச்சினைகளைக் குறித்த விண்ணப்பங்கள் வந்துள்ளன. இதனால் முத்திரை மரக்காலையே நெல் அளக்கும்போது பயன்படுத்த வேண்டும். இந்த மரக்காலுக்கு ஒத்த நாழியையும் பயன்படுத்த வேண்டும் என்பது இந்த ஓலை செய்தி.

1 அழகியபாண்டியபுரம் பிடாகை நாட்டார் கண்டு

2 நாஞ்சி நாட்டில் மங்கல முதல் மணக்குடிவரை பலவகை பாட்டம் மேல்வாரம் வகைக்கும் பலபல மரக்கால் வைச்சு அழக்கை கொண்டும்

3 உதிரிபிடிச்சு அழக்கிந்நது கொண்டும் அடிமரக்கால் ஊ நு நாழி உற உற நெல்லும் அழந்நு கூடியால் தரையில் கிடக்குந்ந நெல்லு

4 தூத்து வாருகைகொண்டும் இவ்வண்ணம் ஒள்ள தங்ஙடங்கள் பலதும் ஒண்டெந்நு நாட்டார் வந்நு பறைகையில் மங்ஙல முதல் மணக்குடி

5 வரையும் மரக்கால் அழவு ஒந்நாக 21 தன்படி கோட்டை ஒன்றுக்குக் கல்குளத்தில் களஞ்சியத்தில் ஈடமைப்பு மரக்காலினும் கல்குளம்

6 ஊட்டு மரக்காலினும் சந்திரச் செலவு மரக்காலினும் .... காணத்தக்க வண்ணம் பிடாகைக்கு ஒரு மரக்கால் கயலுந் துரட்டியும்

7 வெட்டிச்சு கொடுத்தூ உற நாளி அடிமரக்கால் உதிரி பிடிச்சு அழக்கின்நதும் நெல்லழந்நு கூடியால்

8 தரையில் கிடக்கிந்ந நெல்லு வாரிந்நதும் இவ்வகை ஒக்கெயும் ஒழிஞ்ஞு 21ன் படியும் 22ன் படியும் ஒள்ள தீருவைக்கு

9 தீருவைப்படி முத்திரை மரக்கால் படிக்கு ஒப்பவாயிட்டு நெல்லும் அழந்து சகல செலவினும் கொடுக்கிந்நதும் வேண்டி

10 க்கிந்நதும் இம்மரக்காலும் இம்மரக்காலினு ஒத்த நாழியும் வைச்சு அழந்நு கொள்ளுமாறும் எந்நும்

11 இப்படிக்கு 914 வருஷம் மார்கழி மாதம் 17 தேதி திருவுள்ளத்தின்படி நினவு எழுதின

12 (ஒப்பம்) பெருமாள் காலகுட்டி எழுத்து

51

வரிவிலக்கு தொடர்பு

ம.ஆ. 915

கி.பி. 1740

ஆளூர் ஊராருக்கு ஏற்பட்ட பிரச்சினை குறித்து முதலியாருக்கு எழுதிய விண்ணப்ப ஆவணம். ம. ஆ. 915, 916ஆம் ஆண்டுகளில் (கி.பி. 1740, 1741) பயிர் கரிந்து விளைச்சல் இல்லாமல் ஆனது. இதனால் இந்த இரண்டு பூவிற்கும் வரிவிலக்கு அளிக்க வேண்டும் என்ற வேண்டுகோள் அடங்கியது இந்த ஆவணம்.

1 ஆளூர் ஊராரு முதலியாரு கண்டு

2 ஆளூர் உள்ளிட்ட பற்றில் 915ஆம் வருஷம் அறக்காலும் 916ஆம் வருஷம் சாரலும் கரிஞ்ஞு போகயில் கடமை தாளுல்

3 எந்நு விரோதிச்சாறே நிங்ஙள் வந்நு கீள் மரியாதி நடந்ந வண்ணம் அல்லாது தரிகயில்ல எந்நு

4 பறக் கொண்ட கீளமரியாதிக் கொத்த போலே ஈ ஈரண்டு பூவுக் கடமையும் ஒழிஞ்ஞு தருகை

5 யும் செய்து அவ்வண்ணம் தந்நே மேலப்பட்டும் நடப்பிச்சு தருகையும் ஆம்எந்நு

6 இப்படிக்கு திருவுள்ளத்தின்படி நீட்டு எழுதிய

7 ஸ்ரீ கலிச்சன் ஈச்சன் எழுத்து

52

நாஞ்சி நாட்டு பிரச்சினை

ம.ஆ. 940

கி.பி. 1794

நாஞ்சில் நாட்டில் பிரச்சினைகள் குறித்து தளவாய் சர்வாதியக் காரரிடம் பேசியது பற்றிய குறிப்பு இந்த ஆவணத்தில் உள்ளது. கி.பி. 1746 முதல் 1765 வரை உள்ள விஷயங்கள் பேசப்பட்டது பற்றிய செய்தியும் வருகிறது. இதில் தளவாய் அய்யன், சர்வாதியக் காரர் வலியமேலெழுத்து பிள்ளை, மழவராயன்மார் போன்ற அதிகாரிகள் குறிப்பிடப்படுகின்றனர். 'பிடாகையார்' என்பது 12 பிடாகைகளில் உள்ள முக்கியமானவர்களைக் குறிப்பிடுவது. ஆவணத்தின் இறுதியில் ஆறுமுகப்பெருமாள் துணை என உள்ளது, இது முருகப்பெருமான் ஆகிய கடவுளைக் குறிப்பது.

1 தளவாய் அய்யனும் சறுவாதிகாரியகாறரும் வலிய மேலெழுத்துப் பிள்ளையும் மளவராய

2 மாரை வருத்தி வைச்சுத்தர வேணுமென்று சொன்னார்கள். வந்து பிடாகையாரும் வந்தால் இன்னபடி என்று சொல்லுகின்றா மென்று சொல்லவும் செய்தோம் கெத்திலே *900* வை

3 ச்சுக்குடுத்து இன்ன அடியந்தரத்துக்கு வைச்சுக் குடுத்த தென்றும் அதுக்கு கல்பிச்சு இன்னதெல்லாம் ஒளிஞ்சு நாட்டுத் தங்கடம் தீத்து தந்த தின்னதென்றும் அறியவேணுமென்று சொன்னார்கள். *21*களுட முதல் *23* வருஷம் வர வைச்சவைக்கு பிடிச்ச நீட்டும்

4 17 வருஷம் முதல் *19* வருஷம் வரை வைச்ச வகைக்கு உள்ளிட்ட நீட்டும்

> வாரகுடிசைக்கு *13* வருஷத்தில் கல்பிச்சு ஒளிஞ்சு தந்த நீட்டும் இத்தெல்லாம் எடுத்துக் குடுத்தனுப்பி நாங்கள் இனிமேல் பேச வேண்டியதின்ன பட்டு என்று சொல்லி அனுப்பிக்கவும் வேணும்.

5 ஆறுமுகப் பெருமாள் நயினார் துணை இதல்லாமல் பிடிபாடுகள் உள்ள நீட்டுங்கூடக் குடுத்தனுப்பிவிக்கவும் வேணும்.

> காரியக்காற மாருக்குக் கீளில் உள்ள காரியம் பிடிபாடு இல்லாத படியினாலே நீட்டு பிடிபாடு உள்ள நீட்டை எடுத்து குடுத்து விடவும் வேணும்

6 இந்த நினவின்படிக்கு தெரிசரங்கொப்பு சோணை பிள்ளை *940* வருஷம் மார்கழி மாதம் *9* கையாளிக் கேட்டு

53

முதலியார்களின் சிக்கல்

ம.ஆ. 969 கார்த்திகை 22

கி.பி. 1765

நாஞ்சில் நாட்டு அழகியபாண்டியபுரம் முதலியார் குடும்பம் வணிகராமர், சேரகோளார், வயிராவணர் என்னும் மூன்று பிரிவுகளை உடையது. இந்த வகையிலடங்கும் மூன்று குடும்பக் காரர்களும் திருவிதாங்கூர் அரசரின் முன் ஒரே தானத்தை உடையவர்கள். இவர்களில் வணிகராமர் குடும்பத்தினர் ஒருவர் நாட்டார் பிரச்சினைகளைத் தீர்த்து வருகிறார்.

வயிராவணவ குடும்பத்தில் உள்ள சிவத்துவ முதலியார் என்பவர் மலையாள ஆண்டு 953 முதல் 958 வரை (கி.பி. 1778–1783) மரம் வெட்டுவது குறித்த வேலைகளைச் செய்யவில்லை என்பதால் முதலியாரின் பிற இரு பிரிவினராலும் குற்றம் சாட்டப்பட்டிருக்கிறார். இதற்காக, 9 பணம் நஷ்ட ஈடாக அபராதம் கட்டியிருக்கிறார். இதனால் சிவத்துவ முதலியார், திருவனந்தபுரத்திற்குச் சென்று அரசரைக் கண்டு தன் சங்கடத்தை முறையிட்டிருக்கிறார். இதை விசாரித்த அரசர் அழகியபாண்டியபுரம் முதலியாரின் மூன்று பிரிவினரும் தங்களுக்குள் விரோதிக்கக் கூடாது; இவர்களில் ஒருவர் மரம் வெட்டும் பொறுப்பை ஏற்கவில்லை என்பதால் அவரிடம் பணம் தண்டமாகப் பெற்றது சரியல்ல. அந்தப் பணத்தைப் பொதுக்கணக்கில் கழித்துக்கொள்ளலாம் என்றார்.

இந்த ஆவணம் தமிழ் எழுத்து வடிவிலும் மலையாள மொழியிலும் அமைந்தது. சில எழுத்துக்கள் மலையாண்மையில் உள்ளன. கவிமணி தமிழ் வடிவில் எழுதிவைத்திருக்கிறார்.

1 அழகியபாண்டியபுரத்து முதலிமாரிடே வகயில் வணிகராமரும் சேரகோனாரும் வயிராவணரும் மூந்நு குடும்பக் காறருக்கும் தானம் ஒருபோலே

2 யத்திறே ஆகுந்நு எந்நும் இப்போள் வணிகராமர் குடும்பத்தில் ஒள்ள வரத்திரே நாட்டுத்தானம் குறதீந்நு வருந்நு எந்நும் வைராவணர் குடும்பத்தில் ஒள்ள சிவத்துவன்

3 முதலிய *53* வருஷம் லாயம் உள்பட்ட வகக்கு மரம் வலிப்பான் போயில்லந்நும் வைச்சு அந்நு முதல் *958* வருஷம் வரை ரண்டு தவணையாயிட்டு ஒன்பது பணம் உத்திரப்பாடு

4 எழுதிக்கூட்டி பணத்தினு விரோதிக்குந்நூ எந்நும் சிவத்துவன் முதலியார் திருவனந்தினுன்னு வந்நு தங்ஙடம் பறஞ்ஞு கேட்டு ஈ மூந்நு குடும்பக்காறரும் நாட்டுத்தானம்

5 நடந்நு வந்நிரிக்குந்நு எந்நதாக கொண்டு அதில் ஒருத்தர் மரம் வலிப்பான் போயில்லந்நும் வைச்சு உத்திரப்பாடு எழுதிக்கூட்டி விரோதிப்பான்

6 தங்கதியில்லல்லோ எந்நது கொண்டு சிவத்துவன் முதலியாரிடெ பற்றில் இக்காரியம் இடபெட்டு உத்திரப்பாடு எழுதி முதல் கூட்டி

7 யிரிருந்ந பணம் கணக்கில் குறவும் எழுதிச்சு விரோதவும் ஒழிப்பிச்சு வைகையும் வேணும்

8 இக்காரியம் சொல்லி 961 வருஷம் கார்த்திகை மாதம் 22 தேதி நாராயணன் செண்பகராமனும் வலியமேலெழுத்து கணக்கு பெருமான பெருமானும்

9 நீட்டு எழுதிவிடு எந்நு திருவுள்ளமாய நீட்டு

54

அடிமை ஓலை

ம.ஆ. 974 ஆனி 24

கி.பி. 1798

இந்த ஆவணத்தை ஒருவகையில் அடிமை ஓலையாகவும் எடுத்துக் கொள்ளலாம். வீட்டு உள் வேலைகளுக்கும் சடங்குகளில் குற்றேவல் செய்வதற்கும், வாங்கியபின் சாதியைச் சார்ந்த அடிமைகளைப் பயன்படுத்த வாங்கியிருக்கலாம். இந்த ஆவணத்தின் தொனி அப்படியுள்ளது.

தாழக்குடிப் பிடாகை வருவாய்ப் பகுதியில் தாழக்குடியில் வாழும் சங்கரமூர்த்தி மகாராசன், அவன் மருமகன் லட்சுமி சின்னி மேற்படியாளின் உறவினர் மாடத்தி மகள் ஆகியோர்கள் அழகியபாண்டியபுரம் முதலியார் வீட்டு நன்மை தீமைகளுக்கு பயன்படுத்துவது தொடர்பான ஆவணம் இது.

அழகியபாண்டியபுரம் முதலியார்கள் மலையாள ஆண்டு 973 ஆண்டு (1798) மேற்படி சங்கரமூர்த்தி ஆட்களை 1,000 பணம் கொடுத்து அடியுரை பரிச்சை எடுத்தார்கள். இவர்கள் மேற்படி முதலியார் வீட்டில் நன்மை தீமைக்கு உதவி செய்ய வேண்டும் எனக் கூறும் செய்தி இதில் உள்ளது. இப்படியாக மேற்படி ஆட்களை அடிமையாக எடுப்பதற்குக் கொடுக்க பத்தெ

உத்தரப்பாடு பணத்தில் (பொதுப்பணம்) வைத்துக்கொள்ளலாம். என்றாலும் மேற்படியாளர்களைக் கொண்டே நன்மை தீமை செய்ய வேண்டும் எனக் கொள்ளப்படுகிறது.

1 தாழக்குடிப் பிடாகை கேள்வியில் தாழக்குடியில் சங்கர மூர்த்தி மகாராசனையும் அவன்றே மருமகள் லெட்சுமி சின்னியையும் மேற்படி மாடத்தியையும் மேற்படி யாரிடே மகளேயும் நன்மைக்கிடு

2 ந்நதனு *973* வருஷம் தை மாதம் *3* தேதி ஆயிரம் பணத்தினு அடியுரைக்கு பரிக்கையும் எடுப்பிச்சு நன்மைக்கு இடுவிச்சு கொடுக்கத்தக்க வண்ணம் ஸாதனம் கொடுத்த யச்சாறே சங்கர மூர்த்தி மகராசன்

3 முதல் பேரே அழகியபாண்டியபுரத்து முதலிமாரிடே வீட்டு வகையெந்நும் முதலிமாரிடே குடும்பத்தில் நன்மைதின்மை சங்கரமூர்த்தி மகாராசன் முதல்பேர் கூடியல்லாதே நடக்க

4 இல்லந்நும் முதலிமாரு பரதக்கொண்டும் அவரிடே வீட்டு வகையாயிட்டு ஒள்ளவரை நன்மைக்கு இருந்நதினு அடியுரைக்கு பரிக்கயும் எடுப்பிச்சு நன்மைக்கு இடுவிச்சிட்டில்லா ....

5 க் கொண்டும் சங்கரமூர்த்தி மகராசனாக் கொண்டு அடியுரைக்கு பரிக்க எடுப்பிச்ச பணம் உத்திரப்பாடாயிட்டு கணக்கில் முதல் கூட்டிக்கொண்டும் சங்கரமூர்த்தி மகாராசன் முதல் இவரே

6 நன்மைக்கு இடுவிக்கையும் அந்த முதலிமாரிடெ குடும்பத்தில் நன்ம தின்மக்கு கீழிலத்தே பதிவின் வண்ணம் சங்கரமூர்த்தி மகராசன் முதல் பேரெ பறஞ்ஞு நடத்திச்சு கொடுக்கயும் வேணும் எந்நும் இக்காரியஞ் சொல்லி *974* வருஷம் ஆனி மாதம் *24* தேதி நீலகண்டன் மார்த்தாண்டன் நீட்டு

8 எழுதி விடுனந்ந திருவுள்ளமாய நீட்டு

55

விளைச்சல் தொடர்பு

ம.ஆ. 984 சித்திரை

1809

நாஞ்சில் நாட்டுப் பிசானம் பயிர்விளைச்சல் காலத்தில் நெல்லும் பணமும் கொள்ளுவது பற்றிய செய்தி இந்த ஓலையில் உள்ளது. இது கொஞ்சம் பொடிந்த ஓலை என்கிறார் கவிமணி.

இந்த ஆவணத்தில் பிசானம் பயிரின் பழைய வழக்கத்தை விட்டுப் புதிய முறைகளைக் கையாளுவது பற்றிய செய்தி வருகிறது.

இந்த ஓலை எழுதப்பட்ட காலத்தில் திருவிதாங்கூரின் பிரிட்டீஷ் அதிகாரியாக இருந்தவர் கர்னல் மன்றோ. நாட்டார் கூட்டம் இக்காலத்தில் உடைந்துவிட்டது. இந்தப் பின்னணியில் இந்த ஓலையைப் பார்க்க வேண்டும்.

1 இவிடத்தேச் செயிதி ஆவிது நாஞ்சிநாட்டு பிசானம் நெல்லும் பணமும் முதலெடு கொண்டு ஆகாரியத்தினு காரியத்தான மாரிடெ ஸாதனம் கொடுத்தயச்சதின்றே சேழம் பிடாகக்காரருக்கு

2 கூட்டம் கூடி வருந்நு எந்நும் நெல்லும் பணவும் கொடுக்க கழிகையிலேன்னும் பறையுன்ன பிரகாரமும் எழுதிவரிக கொண்டும் வெட்டியகோட்ட தோவாளைக்ககத்து சேழம் ஓள்ள குடியானவன்மார்

3 கீழ்மரியாத போலே ஒரு சடதகள் கூடாதே நெல்லும் பணவும் கொடுத்து வரிக கொண்டும் நாஞ்சிநாட்டுகாறர்க்கு ஏறிய சடதகளாயிட்டு பரஞ்னு பார்க்குன்ன பிரகாரம் மேலது மாயிட்டு

4 தன்னே எழுதி வரிக கொண்டும் இப்போள் நாஞ்சி நாட்டுக்காரர்க்கு விசேசிச்சு சேழம் ஓள்ளவரைக்கால் அதிக மாயிட்டு ஒரு ஸங்கடம் ஒண்டாயிட்டு யொழிக கொண்டும்

5 நெல்லும் பணமும் சேழம் குடியானவன் மாரிடேபோல அவிடேயும் கொடுக்காதத்திரே ஆவசியம் ஆகுந்நு கொடுத்தில்லா என்றும் ஓடைங்கி கொடுப்பானொள்ளவிதம்

6 வழிபோலே விசாரிக்குமென்னுறுள்ளது அறிஞ்னு பழய சடதகள காரியங்ஙளு ஓள்ளதுதொக்கெயும் களைஞ்னு பிடாகை யில பிரமாணமாயிட்டிருக்கின்ன ஆளுகளே ஒக்கேயும் வருத்தி

7 கீழ் மரியாத போலே நெல்லும் பணமும் கொடுக்கத்தக்க வண்ணம் நிதானம் வருத்திய அவர்க்கும் வர்த்தமானங்கட்கும் எழுதி வரிகயும் வேணம். இச்செயிதி எல்லாம் கணக்கபிள்ள வாயிச்சு

8 அழகியபாண்டியபுரத்து முதலியாரோடு கேள்ப்பிச்சு வைக்கையும் வேணும் இச்செயிதிக்கு திருக்காத்து எழுதிய திவான் தம்பி மார்த்தாண்டன் இரவி

984 ஆண்டு சித்திரை மாதம் 8ஆம் தேதி மாறிப்பிடிச்சு ஒப்பு

56

நில ஒற்றி ஓலை

ஆ.இ.

19ஆம் நூற்றாண்டாக இருக்கலாம்.

இது நில ஒற்றி ஓலை. ஆளூரைச் சார்ந்த பெருமாள் என்பவரிடம் இருந்து வாங்கிய கலியுகராமன் பணத்திற்காக நெல்விளையும் நிலத்தை ஒற்றியாக வைத்த செய்தி இந்த ஆவணத்தில் உள்ளது. இந்த நிலத்தின் எல்லை பற்றிய விவரத்தைக் கூறும்போது, "குருபரமுடையோனாய் ஆண்டு அனுபவித்து வரும்" இந்தக் குறிப்பிட்ட குளத்தில் நீருண்ட வயல் என்று குறிப்பிடப்படுகிறது.

1 64 வருஷம் வைகாசி மாதம் 21ஆம் தேதி எழுதின நிலவொற்றி ஓலைக்கரணமாவது ஆளூரானவி

2 .... யா க்குட்டி பெருமாள் என் படைப்பானாட்டு பண்ணிகோட்டு மணக்கரையில் இருந்து

3 நான் வாங்கின அன்றாடு வழங்கும் கலியுக ராமன் அச்சு எ...............

4 .... ற்றி வைச்சுக் குடுத்த நிலம் நான்கு குருபர முடையோனாய் ஆண்டனுபதித்து

5 .... லும் நீருண்டு நெல்விளையு குளங்கொள்ளி தடி I, சாபரு எல்லை கிழக்கு எல்லை கரு

6 .... மேற்கு தென்னெல்லை குளங் கொள்ளிக்கு வடக்கு மேல் எல்லை போளூர்க்குள

7 .... ருணக்கு தெற்கு நடுவில் கிடந்த நிலம் 6 மாவும் ஒற்றியாக் கையாண்டு

8 .... னிலத்துக்கு தடையிடை கூறுவருகில் தடை

9 .... அய்வகைப்பட்ட பயன்படுபொருளும் நடையிலழிய தடுத்து

(முடிவில்லை)

57

நாட்டாருக்கு நீட்டு

கி.பி. 18 நூற் (?)

அழகியபாண்டியபுரம் தெரிசனங்கோப்பு தென்பாறை மேலப்பற்று உள்ளிட்ட வயல்களில் ஓடும் வாய்க்கால்களையும்

கால்களுக்கு நீர் வரும் பகுதி அணையையும் பேண வேண்டும். கோவில் நிலங்களைக் குத்தகை எடுத்தவர்களும் அஞ்சாலி வகை நிலங்களைக் கவனித்தவர்களும் மேற்கொண்ட சிக்கல்களைத் தீர்க்க வேண்டும் என்னும் செய்திகளை நாஞ்சில் நாட்டு வடமீதி காணியாளர்களுக்கும் நாட்டார்களுக்கும் தெரிவிக்க வேண்டும் என்பது இந்த நீட்டின் செய்தி. இந்த நீட்டு வாசகத்தின்படி இது 18ஆம் நூற்றாண்டினது எனக் கருதலாம். இது போல் வயல்களைப் பேணவும் நீராதாரங்களைப் பெருக்கவும் ஆணையிடும் வேறு நீட்டுகளும் உண்டு.

1 அழகியபாண்டியபுரம் தெரிசனங்கோப்பு தென்பாறை மேலப்பற்று உள்ளிட்ட பற்றில்

2 காலும் அணையும் பேணிக்கொண்டு நெல்வகை அஞ் சாலி வகை கேழ்வி குத்தகை கோயில் வகை

3 .... பற்று .... உள்ப்பட்ட வகை எப் பேர்ப்பட்டதும்

4 ....

5 ....

6 கொடுக்குமாறும் இச்செய்தி சொல்லி

7 நாஞ்சி நாட்டில் வடவகை நாடு அமைந்த காணியாளெர்க்கும் நாட்டார்க்கும் நீட்டு எழுதிவிடு என்று திருவுள்ள மாய நீட்டு.

58

குத்தகை நெல் அளப்பது தொடர்பான நீட்டு

கி.பி. 18ஆம் நூற்.

ஆளூர் தேசத்தில் நம் மடத்துக்குச் சொந்தமான வயல்களிலிருந்து குத்தகை நெல் வர வேண்டியுள்ளது. இது தொடர்பாக ஆள் அனுப்பியும் ஓலை அனுப்பியும் உள்ளது. இக்காரியத்தின் பொறுப்பை நாராயண மங்கலம் என்பவரிடம் ஏற்பித்துவிட்டோம். முதலியார் இவருடன் இருந்து குத்தகை நெல்லுக்குரிய முறி (ரெசீது) வாங்கி நாராயண மங்கலத்திடம் கொடுத்து விடவும். இது தொடர்பாக முதலியாருக்கு நீட்டி எழுதி அனுப்பி உள்ளோம்.

1 ஆளூர் தேசத்து நம்முட மடம் பத்திக்கு வர வேண்டும் பாட்டநெல்லு முன்பினால் கொ

2 முன்ம்பிலெ ஆளாக புதுசெரி கடே குத்தகை கொண்டு குறியும் எழுதிச்சு வேதம்

3 முன்ம்பினால் தண்டிய வண்ணமே முதல் அளப்பிச்சு நாராயண மங்கலத்தே ஒப்பிச்சு

4 நம்மட முதலியார் கூடரிஞ்ஞு கடமீட்டி முறிவாங்கி நாராயண மங்ஙல.

5 த்து (தி)ன்றே வசம் கொடுத்து விடவும் இக்காரிய

6 த்தின்னு நம்மட முதலியார்க்கு நீட்டு எழுதுக என்று திருவுள்ளமாய நீட்டு

59

முதலியாரின் தொண்டன்

18 நூற்.

பூதநாத முதலியாரின் அடுக்க தொண்டனாயிருந்த ஒருவன் (அடிமையா ?) பற்றியது.

பூதநாத முதலியாரிடம் பிச்சன் என்பவன் தொண்டனாய் (அடிமை) இருந்தான். இவனுக்கும் முதலியாருக்கும் தொடர்பில் சிக்கல் வந்தால் அழகியபாண்டியபுரம் முதலியாரிடம் செல்லுதல் விரோதத்தை விளைவிக்கும். அதனால் அடிமைக்குரிய பூதநாத முதலியாரிடமே இதைப் பேசித் தீர்க்கவேண்டும் என இது குறிப்பிடுகிறது.

இந்த ஆவணத்தில் குறிப்பிடப்படும் கத்தூரி ராசா வேணாட்டு அரசனோ அதிகாரியோ அல்ல. இவன் நாயக்கப் படைத்தலைவன்/ நாஞ்சில் நாட்டில் இருந்தவனாக இருக்கலாம்.

1 கத்தூரி ராசாவு கண்டு

2 பூதனாதன் முதலியாரிடெ வகையாயிட்டு பிச்சன் எந்நவனை அடுக்கால் நிறுத்தியும்

3 கொண்ட முதலியாரிடெ நேரே செந்நு நன்மைக்கிடெணு மெந்நும் ஓலைகொடு

4 க்கணு எந்நும் பறஞ்ஞு எந்நு கேட்டூ முதலியாரிடெ வகையாயிட்டு ஒள்ளவனை

5 முதலியாரிடெ அடுக்கால் அயச்சூடுந்நதல்லாதே மேல்ப்பட்டு முதலியாரிடெற்றில்

6 ஒருவிரொதம் ஒண்டாகையு அருது எந்நும்

7 இப்படிக்கு திருவுள்ளத்தின்படி நினவு எழுதின

8 ஸ்ரீ கலிச்சன் ஈச்சன் எழுத்து

60

செட்டியாருக்கு நினவு

கி.பி. 18 நூற். ஆரம்பம்

ஆளூர் செட்டிகளின் பார்வைக்கு எழுதப்பட்ட ஆவணம்.

ஆளூர் செட்டிகளுக்குள் பிரச்சினை உள்ளது. இதைக் கிருட்டிணையன் என்பவர் கூறினார். இதை நீக்க வேண்டியதும் எம் பொறுப்பு. ஆளூர் செட்டிகள் தங்களுக்குள்ள முக்கியமான பொருள்களை அரண்மனையாரிடம் (வேணாட்டு அரசர்) கொடுத்து வைக்க வேண்டும். அப்படியானால் பயமில்லை. நாங்கள் வடமலையப்ப பிள்ளைக்கு ஓலை எழுதியிருக்கிறோம். திருவிதாங்கோட்டிற்கு அப்புறம் வடமலையப்ப பிள்ளை நிர்வாகம் செய்கிறார். அவருக்கு மாசி மாதம் 12ஆம் தேதிக்குள் 1000 பணம் கொடுக்க வேண்டும் என்ற செய்தி இதில் உள்ளது.

1 ஆளூர்ச் செட்டி மூப்பமாரும் பலபட்டறையும் கண்டு

2 நிங்ஙள்குப் பலகூட்டம் தங்கடம் உண்டெந்நு உள்ளது; கிருட்டிணய்

3 யன் இங்ங பறைஞ்ஞயச்சுட்டு நிங்ஙடே தங்கடமும் நீக்கி, பொறு

4 ப்பிச்சு வைக்கிந்நதும் உண்டு; நிங்ஙள்க்கு உள்ள திந்நியே இட்டு அரமனை

5 யாருக்கு குடுத்துவச்சால் மற்றுள்ள தினு ஒரு உபத்திரவம் உண்டா காதே

6 இரிக்கத்தக்க வண்ணம் நாம் வடமலையப்ப பிள்ளைக்கு இவுட நிந்நு ஓலை எழுதி அய

7 ச்சுட்டும் உண்டு. திருவிதாங்கோட்டுக்கு அங்ஙப்புறம் வடமலையப்ப பிள்ளை பா

8 ரச்சுவம் செய்தல்லே இரிக்கிந்நு. இவுடை சிலவினு பத்து பணம் ஆளூரிஞ்னு வந்நிட்ட வேணும்;

9 அதறிஞ்ஞு மாசி மாதம் 12க்ககம் ஆயிரம் பணம் அடைச்சுக் குடுக்குமாறும்

10 இப்படிக்குத் திருவுள்ளத்தின்படி நினவு எழுதிய

11 (ஒப்பம்) பெருமாள் பெருமாள் எழுத்து

61

வயல்விளைச்சல், பாட்டம் தொடர்பு

கி.பி. 18 நூற்.

தென்மீதி நாட்டார்கள் அறிவதற்காக எழுதப்பட்டது. காலக்குட்டிப் பிள்ளை, குப்பான் ஆகிய இருவரும் இங்கே வந்து சில பிரச்சினைகள் பற்றிப் பேசினார்கள். அவை கேட்கப்பட்டன. சுசீந்திரம் ஊர்க் காரியம் பற்றி ஏற்கெனவே கூறியதும் விவாதிக்க வேண்டும். திட்டுவிளையில் இருமுறை கூட வேண்டும். மேலும் வயல் விளைச்சல், மேல்வாரம், பாட்டம் தொடர்பாகப் பேச வேண்டும். இதனால் மழவராயன்மார்களுடனும் பகை நீங்கியிருக்கவும் துரக்காரருக்குச் செலவுக்கு 9 நாழி நெல்லும் பட்டன்மார்க்கு 12 நாழி நெல்லும் மட்டும் கொடுக்க வேண்டும். ஈசாந்திமங்கலம் ஊர்ப் பிரச்சினையை நேரில் சென்று கேட்க வேண்டும். வயல் விதைத்தல் மாசி 27ஆம் தேதிக்கு மேல் என்பது முடிவு செய்யப்பட்டது. இதுபோன்ற விஷயங்கள் குப்பான், காலக்குட்டி ஆகியோரிடம் சொல்லி அனுப்பி வைக்கப் பட்டுள்ளது.

1 தென்வீதி நாட்டார் கண்டு

2 அவத்தைப் பிரகாரங்ஙள் ஒக்கேயும் குப்பானும் காலக்குட்டிப் பிள்ளையும் இவிடை வந்து பறஞ்ஞு கேள்கெயும் செய்து சுசீந்திரத்து

3 காரியங்கொண்டு முன் பறஞ்ஞுதின் வண்ணம் எடுத்துக் கொள்ளுகெயும் வேணும் திட்டுவிளையில் இரண்டு நேரமும் கூடி உறச்சு

4 பார்கெயும் வேணும் 900¾ கோட்டைக்க அரைக் கழிச்சதினு முக்கால் வீதம் அதிய கொடுத்து பிடிச்சு கொள்ளுகெயும் வேணும்

5 உள்ள மடல் மேல்வாரமும் பாட்டமும் உபயவும் உள்ள வகையாயிட்டு தன்னே கொடுத்து வைக்கெயும் வேணும் நாட்டில்

6 வல்லவரும் வந்து விரோதிச்சாலும் பெரும் பேறு கொண்டு வந்நாலும் நம்மொட ஆளுகளையும் மழவராயமாரையும் அயச்சு விரோதம் ஒழிச்சு கொள்ளுகெயும்

7 வேணும் துரக்காரர்க்கு செலவினு நெல்லு ஒன்ம்பதினாழியும் பட்டன்மார்க்கு செலவினு நெல் 12 நாழியும் அல்லாதே ஏற்றும் கொடுக்கண்டா நாட்டுக்கூட்டம்

8 நந்நாயி உறைச்சு நாட்டு தானத்தொளம் பார்க்கெயும் வேணும் ஈசாந்திமங்கலத்து ஊரார் பிரகாசம்ன சுமந்ந காரியத்தினு நாட்டார்

9 செந்நுகண்டு நேரினு ஒத்தவண்ணம் தீர்ககேயும் வேணும் வைக்காதே மாசி மாதம் 27 தேதிக்கு மேல் நாள்ச் செயிவாரகெயும் வேணும் சேழம் நாட்டில்

10 ஒள்ள தங்கடங்கள் ஒக்கேயும் ஒழிப்பிச்சு தர வண்ணம் குப்பான்றே கூடயும் காலக்குட்டிப் பிள்ளையெடே கூடேயும் பறஞ்ஞு அயச்சிட்டு

11 ஒண்ட அவ்வண்ணம் தன்னே ஒழிப்பிச்சு கொள்ளுகெயும் வேணும்; எந்நும் இப்படி திருவுள்ளத்தின்படி நினவு எழுதின

12 ஸ்ரீகலி இராமன் இராமன் எழுத்து

62

விவசாயத் தொழில் தொடர்பு

18 நூற்.

இந்த ஆவணத்தில் ஆண்டு இல்லை. கி.பி. 17 அல்லது 18ஆம் நூற்றாண்டாக இருக்கலாம். நாஞ்சில்நாட்டு நிர்வாகப் பொறுப்பில் இருந்த முதலியார் விடுத்த அறிக்கை இந்த ஆவணம். குறிப்பாக வடமீதி என்னும் வடவகை நாட்டு மக்களுக்கு அறிவித்தது. வடவகை நாட்டு மக்கள் பயிர், கதிர் அறுப்பு, மேல்வாரம் பாட்டம், விளையும் நிலம் தொடர்பான பிரச்சினைகளை தம்மிடம் நேரடி யாகத் தெரிவிக்க வேண்டும். அல்லாமல் அவர்களே முடிவு செய்யக் கூடாது என்பது அரசரின் உள்ளத்தின் படி தெரிவிக்கப்பட்டது.

1 வடவகை நாட்டார் கண்டு

2 நாடில் விளைந்நடத்து விளையும் விட்டுவையிக்காதே கதிரறுப்பிகயும் வேணும்

3 மேல்வாரம், பாட்டம் விளையும் நிலந்நனியிடே தங்கடம் தீந்நல்லாதேயும் நம்மோடு பறஞ்ஞல்லாதேயும் ஒருத்தருக்கும்

4 கொடுக்கவும் வேண்டாம் எந்நும்

5 இப்படிக்கு திருவுள்ளத்தின்படி நினவு எழுதின

6 ஸ்ரீ காளி காளி எழுத்து.

63

முதலியார்களுக்கு அறிவுரை

ஆ.இ

இந்த ஆவணத்தில் ஆண்டு இல்லை. பெரும்பாலும் 16 அல்லது 17ஆம் நூற்றாண்டினதாய் இருக்கலாம். மலையாண்மை வடிவில் அமைந்தது இந்த நீட்டு. அரசருக்கு அழகியபாண்டியபுரம் முதலியாரிடமிருந்து சென்ற விண்ணப்பம் குறித்த ஓலைக்குப் பதிலே இந்த நீட்டு.

நாஞ்சில் நாட்டில் நிர்வாகம் வரிப்பிரிப்பதில் பங்குவகித்த முதலியார்களின் மூன்று பிரிவினரும் தங்களுக்குள் மாறுபாடு கொள்ளக் கூடாது. பலப்பரீட்சை செய்யக் கூடாது. இது குறித்து விவாவதிக்க செங்கனூர் மகாதேவர் வருவார், அவரிடம் பேசலாம் என்றும் ஓலை குறிப்பிடுகிறது.

1 அங்ஙுநின்னு கொடுத்தீட்ட நீட்டு வாயிச்சு கண்ட செய்தி எல்லாம் அறிஞ்ஞு என்னும் ஆகாரியம் கொண்டு இடபாயிட மூத்தபிள்ள

2 ஒக்க பறஞ்ஞு பிள்ளமாரோடும் அனியனோடும் பறயிச்செடுத்து நாம் வஞ்ஞுப்புழ கூற்றினின்று அல்ல வெங்நாட்டு கூற்றின்னு அத்திறெ

3 என்று சொல்லியாறேஇ . . . சொல்லிய . . . ஆகின்றது ஆளூர் தேசம் ஒன்றாக . . . ந்நாளே

4 ன்று பெலஞ் செயிரது செய்யாதே இரிக்கெணம் என்று செங்ஙன்னூர் மகாதேவரொரு மனிசங்ஙனே கொண்டு மது

5 நாம் எதிர் சொல்லிய சேழம் தேசத்து ஒரு தங்ஙடம் ஒண்டா இல்ல என்று சொல்லி என்று

6 எடுப்பான் ஒன்று கொண்டும் நாம் அயக்க இல்ல என்று அறிகயும் அதுகூடாதே ஒளி

7 இங்ஙோட்டு அயிச்சு விடுகயும் இச்செயிதி மேற்படி புத்தில்லத்தின்றே

8 என்று திருவுள்ளமாய நீட்டு

64

நெல்விலை குறித்த நினவு

ஆ.இ.

வடமீதி நாட்டார்களுக்கு முதலியார் கொடுத்த வேண்டுகோள். அரசாங்க ஆளாக இராமச்சந்திர அய்யர் கல்குளத்திலிருந்து வருகிறார். இங்கே நெல்விலை கொள்ளுவது குறித்து விவாதிப்பார். இது குறித்த நினவு அனுப்பியிருந்தோம். அது பற்றி இங்கே விவாதிப்பார். இது காளி காளி எழுதியது.

இந்த ஆவணம் மலையாள எழுத்து வடிவிலும் மொழி தமிழ் மலையாளக் கலப்புடையதாயும் உள்ளது. கவிமணி தமிழ் எழுத்து வடிவில் எழுதி வைத்திருக்கிறார்.

1 வடவகை நாட்டார் கண்டு

2 அரமனையாரிடே ஆளாயிட்டு இராமச்சந்திர அய்யன் கல்க்குளத்து வந்நாறே காரியம்

3 கொண்டு சேர்ந்நில்ல எந்நும் கந்நாலி வித்து பொண்ணும் பிள்ளை ஆதி ஆயிட்டு வாங்ஙி

4 கொள்ளத்தக்க வண்ணம் முன்பே நினவு கொடுத்து விட்டெல்லோ அவண்ணம் தன்னே

5 ஒட்டும் உதாரதை ஆய இருந்நு பொகாதை முனம் பெலதுக்கியது போக செழும் ஒள்ளதும்

6 ஓதுக்கி கொண்டு 22 பணம் தன்னே வாங்ஙி கொள்ளுகை யும் வேணும் எந்நும்

7 இப்படிக்கு திருவுள்ளத்தின்படி நினவு எழுதின

8 துக்கு காளிகாளி எழுத்து

9 தெரியிடத்து நெல்லும் வித்தும் கிடப்பது ஒண்டெந்நு கேட்டு ஆவகை

10 போய் எந்நு பறைஞ்ஞால் வகவைய்ச்சு தருகயில்லா அது அறிஞ்ஞு ஓதுக்கிக் கொள்ளுகையும்

11 வேணும்

65

அரசர் பயண நீட்டு

ஆ.இ.

இந்த ஆவணத்தில் ஆண்டு இல்லை. அரசர் பயணம் செய்வது குறித்த செய்தி. நாஞ்சில் நாட்டு நிர்வாகிகளாக இருந்த அழகியபாண்டியபுரம் முதலியார்களின் ஒரு பிரிவினர் ஆளூரிலும் இருந்தனர். இவர் நகரத்தார் எனவும் குறிப்பிடப்பட்டனர். இங்கு நகரத்தார் என்பது பூம்புகாரிலிருந்து நாஞ்சில் நாட்டுக்குக் குடியேறியவர்களைக் குறிப்பதாகும். ஆளூரில் குடியேறிய முதலியார் குடும்பம் வயிராவணர் சேரகோனார் எனப்பட்டார் என வேறு ஆவணங்களும் கூறும். நகரத்தார் என்பது இன்றைய நாட்டுக்கோட்டை செட்டி சமூகத்தையும் கருதலாம்.

1 ஆளூர் தேசத்து பெருமாள் மனிசங்ஙள் தடுத்து கிடக்குனு எணு சொல்லி இ... (செ)யிதிக்கு

2 ஒங்ஙள் முத்தலையாரும் கூட நிருவிச்சு திர்ப்பாப்பூர் மூத்த அடிகள்கும் தெத்து – மனிசங்

3 ஙள்க்கு நீட்டு எழுதி யாத்திரை ஆக்கியிருப்பாத அடிகள்கு நீட்டும் கொடுத்து அ (விடெநி)ன்று வேண்டுவ

4 ண்ணம் கல்ப்பிக்கில் (அவ்வு) வண்ணம் விளவு எடுக்குவான் (ஆய் அவரோடு ஏறிய மனிழ்ச்சங்ஙள் நிந்து விளவு எடுப்பிக்குவான்

5 நாம் கல்பிச்சு யாத்திரை ஆக்கிய செய்தி அறிகையும் வேண்டு இக்காரியத்தின்னு நம்மடெ ஆளூர் நகரத்தார்க்கு நீட்டு எழுதிவிடு என்று திருவுள்ளமாய நீட்டு.

66

நாஞ்சில் நாட்டுப் பிரச்சனை

ஆ.இ.

வடமீதி நாட்டார்களுக்குத் தெரிவிப்பது. நாஞ்சில் நாட்டுப் பிரச்சினைகள், கஷ்டம் தொடர்பாகக் குப்பானும் காலக்குட்டிப் பிள்ளையும் கூறிய செய்திகளையும், விண்ணப்பங்களையும்

கேட்டோம். இது தொடர்பாக மழவராயன்மார்களும் கூறியதைக் கேட்டோம். பூதப்பாண்டி ஊர்கோவில் தேரோட்ட திருவிழாவில் கூடும்போது மிச்சம் உள்ள பிரச்சினைகள் விவாதிக்கப்படும். இது குறித்து குப்பானும் காலக்குட்டி பிள்ளையும் கூறப்படுவதும் விவாதிக்கப்படும் என்ற செய்தி அனுப்பப்படுகிறது.

1 வடவகை நாட்டார் கண்டு

2 நாட்டு தங்நடங்களுக்கு ஒக்கெயும் குப்பானும் காலக்குட்டிப் பிள்ளையும் கொடுத்திட்ட வரிஓலையும் நினவுகளும் வாயிச்சு கேட்டு

3 மழவராயன்மார் பறைஞ்ஞு கேட்டும் அவத்தைகள் ஒக்கெ யும் அறிகெயும் செயுது அவ்வண்ணம் தன்னைத் தங்நடங்ஙள்

4 ஒக்கெயும் ஒழிஞ்ஞு விலக்கு நினவுகளும் எழுதிக் கொடுத்து அயிக்கெயும் செயிது தங்நடங்கள் ஒக்கெயும் ஒழிகெயும் செய்யும் நாம் பூதப்பாண்டி

5 தேரோட்டத்தினு எத்தியால் சேழம் ஒள்ள தங்நடங்கள் ஒக்கேயும் நாட்டாருமாயிட்டு கண்டு பறைஞ்ஞுங் கொண்டு நாட்டார் பறைஞ்ஞுதின்

6 வண்ணம் ஒள்ள தங்நடங்ஙள்க்கேயும் ஒழிப்பிச்சு தருந்நதும் ஒண்ட; சேழம் ஒள்ள அவத்தைகள் ஒக்கேயும் குப்பானும் மழவராயன்

7 மாரும் வந்நு பறையும் போழ் அறிகெயும் ஆம். அவ்வண்ணம் தன்னே குப்பான்றே கூடெயும் காலக்குட்டிப் பிள்ளை யொடெ கூடெயும்

8 பறைஞ்ஞு காரியம் திகைச்சு எடுத்துக்கொள்ளுகெயும் வேணும் எந்நும்

9 இப்படிக்கு திருவுள்ளத்தின்படி நினவு எழுதின

10 ஸ்ரீ கலிராமன் இராமன் எழுத்து

67

அடிமை விலை ஆவணம்

ஆ.இ.

இராஜாக்கமங்கலம் என்னும் ஊரில் உள்ள பறையர் சாதியைச் சார்ந்த ஆனா மகன் மனாவன் என்பவன் அடிமையாகக்

கொடுக்கப்பட்ட செய்தியை இந்த ஆவணம் கூறுகிறது. இந்த அடிமையை யார் வாங்கினார் என்பதும், எந்த ஆண்டில் என்பதும் ஆவணத்தில் இல்லை. இதன் சில பகுதிகள் சிதைந்துள்ளன.

1 .... ஆண்டு தை மாதம் 10ஆம் தேதி பூர்வ பக்கத்து .... மியும் சனிக்கிழமையும் பெற்ற நாள்

2 .... ட்டாறு பொ வைகுந்தவளநாட்டு இராசாக்க மங்கலமான உலகுடைச் சதுர வெதி மங்கலத்து பெரு ....

3 .... ந்த வளநாட்டு மு ....வில் கிடக்கும் பறையரில் ஆனா மகன் மனாவன் அடிமை

4 செய்து குடுத்த பரிசாவது

○○○

பின்னிணைப்புகள்

அருஞ்சொல் விளக்கம்

அகத்து ஆக்குதல் – சிறையில் வைத்தல்

அகம்பத்து, அகவயல் – கிரமத்தின் முன்பகுதியில் அல்லது தொட்டு இருக்கும் வயல்

அங்ஙத்தை – ஊர் அதிகாரி, மதிப்பிற்குரியவர்

அஞ்சாலி – வயல்களுக்கு விதிக்கப்படும் ஒருவகை வரி; கோவில் திருவிழாவில் நாஞ்சில் நாட்டு மக்கள் பங்குகொள்ளுவதற்குக் கொடுத்த தானியக் காணிக்கை; நிலத்துக்குரிய வருவாயைக் குறிப்பிட்ட காலத்தில் செலுத்தாதபோது, அந்தப் பாக்கியைப் பின்னர் செலுத்தலாம் எனச் செய்துகொள்ளும் ஒப்பந்தம்

அஞ்சுக்கூற்றுக்காரர் – தாயாதிகள்

அடியுறை – அடிமை

அடியுறை பரிசை – பார்க்க நன்மைக்கு இருத்தல்

அந்தராயம் – பாசன ஏற்பாடுகளைப் பராமரிக்கும் உள்ளூர் அலுவலர்களைப் பேணுவதற் குரிய வரி.

அம்பலக்காரர் – கோவில் நிலங்களை மேற்பார்வை செய்யும் அதிகாரி

அரமனையார் – மதுரை நாயக்கரின் குதிரை, காலாள் படைவீரர்கள்

அரியெடுப்பு – நெற்பயிரைச் சூடடித்த விவசாயக் கூலிகளுக்கு நெல்லைச் சம்பளமாகக் கொடுத்த பின்பு இரண்டு கைகளிலும் நெல்லை வாரிக் கொசுறாகக் கொடுப்பது.

அரிக்காரன் – தூதன்

அர்ச்சி – விண்ணப்பம்

அவதி – வாய்தா

அன்னீதமாக – அநியாயமாக

அன்றாடு காசு – வழக்கத்தில் புழங்கும் நாணயம்

அனுபோகவிரோதம் – அனுபவிப்பதில் பகை

ஆக்ஞை – ஆணை

ஆகாடியம் – கிண்டல் செய்தல்

ஆட்டு – ஆண்டு

ஆட்டப் பிறந்தநாள் – அரசரின் பிறந்தநாள்

ஆதாரம் – பிரமாணம்

ஆலாசியம் – உடல்நலம்

ஆயம் – தீர்வை, நிலவரி, அங்கம்

ஆனவாள் – (ஆனவன்) அரசனே ஆன ஆள். அரசனின் துணையாக இருக்கும் ஆள். அல்லது பதிலாக இருக்கும் ஆள். அரசனுக்குப் பொதுவாகக் குறிப்பிடப் படுபவன்; பிரதிநிதித்துவப்படுபவன். இவன் ஆலய நிர்வாகியாகவோ மெய்க் காப்பாளராகவோ தூதராகவோ ஒற்றராகவோ இருக்கலாம்.

இசைவுமுறி – ஒப்புதல் கொடுக்கும் ஆவணம்

இரட்சபோகம் – அரசனின் பதவி ஏற்பு அன்று விழாவில் கொடுக்கப்படும் காணிக்கை வரி

இளந்தாரி – இளம் தொழிலாளி, இளைஞர்

இளையண்ணன்	–	திருவிதாங்கூர் அரசர் கொடுத்த பட்டம்
இவர்பக்கம்	–	இவரிடம்
இறை ஒற்றி	–	கோவிலில் வைத்த ஒற்றி நிலம்
இராசதிரகம்	–	அரண்மனை
இறுத்து	–	செலுத்தி
உடைமைப்பணம்	–	கோவில் பணியாளருக்குத் தரப்படும் உதவித்தொகை
உத்திரம்	–	உத்திரப்பாடு – நம்பிக்கை கொடுத்தல்
உபயம் பலிசை	–	கடன் கொடுக்கல் வாங்கல் தொடர்பான பலிசை
உபதேவன்	–	பரிவாரதெய்வம்
மார்விம்பம்	–	பரிவார தெய்வங்களின் படிமம்
உபையம்	–	பாக்கி
உபையமுறி	–	பாக்கியைத் தீர்ப்பதாக எழுதிக் கொடுக்கும் ஆவணம்
உருப்படி உரு	–	பறையர் சாதி அடிமை
ஊத்தைப்பாட்டம்	–	ஏரி குளங்களில் மலிந்துள்ள வண்டல் மண்ணை எடுப்பதற்கு அரசுக்குச் செலுத்த வேண்டிய தொகை.
ஊழியம்	–	சம்பளமின்றி செய்யும் வேலை
ஒக்கக்கூடி	–	ஒன்றாகக்கூடி
ஒடுக்கி	–	இறுதி
ஒப்புரவு ஓலை	–	ஒப்பந்தத் தீர்மான ஓலை
ஒப்புரவு மொழி மாறா ஓலை	–	ஒப்பந்தத் தீர்மானத்தை மாற்றக் கூடாது என்று கூடிப் பேசத் தீர்மானித்து எழுதிய ஓலை.

முதலியார் ஓலைகள்

ஒப்பளவு	–	நெல்லை அளக்கும்போது மரக்காலின் தலைப்பகுதியைப் பிடிக்காமல் அளப்பது.
ஒழிச்சு தருதல்	–	அகற்றுதல்
ஒழிஞ்சுகொடுத்தல்	–	வெளியேற்றுதல், காலி செய்து கொடுத்தல்
கங்காணம்	–	நிலத்தின் குத்தகையாளர் நில உடைமை யாளரிடம் பயிர் விளைச்சல் மோசமாக இருக்கும் காலங்களில் பாட்ட நெல்லைக் குறைக்க வேண்டுதலும் நிலவுடைமையாளர் வயலை நேரில் கண்டு பாட்ட நெல் இவ்வளவு தர வேண்டும் என உறுதிப்படுத்தலும் ஆகிய செயல்
கண்டுழவு நிலம்	–	அரசருக்கும் அரச குடும்பத்துக்கும் மட்டுமே உரிய நிலம். இவற்றில் மேல்வாரம் மட்டுமே கொடுத்துவிட்டு பிற வரிகளில் விலக்குப் பெறலாம்.
கண்டெழுத்து	–	நிலத்தின் எல்லைக்கல் நாட்டி அதைப் பதிவுசெய்தல். நிலத்தைப் பார்வையால் அளவு செய்தல். (கண் அளக்காததையா கையளக்கும் என்பது பழமொழி.)
கண்டோட்டு	–	தண்ணீர் பற்றாக்குறையின்போது, வயல்களில் உள்ள மண்ணின் தரத்திற்கு ஏற்ப நீரைப் பாய்ச்ச உத்தரவு இடுதல். இதைப் பிடாகைத் தலைவரோ அதிகாரியோ தீர்மானிப்பார்.
கரணங்கள்	–	சாதி
கரை ஏறுதல்	–	வயல்வேலை முடித்து வரப்பில் இருத்தல்
கல்பிச்சு	–	ஆணையிட்டு
கலசமாகுதல்	–	கும்பாபிஷேகம்
கழஞ்சு	–	4.4 கிராம் தங்கம் நிறை

கன்னிப்பூ	–	ஆண்டின் முதல் சாகுபடி கன்னிமாத சாகுபடி
காணியாளர்	–	நில உடைமையாளர்
காணி உரிமை	–	பரம்பரைச் சொத்தை உரிமையாக வைத்துக்கொள்ளுதல்
காணியாட்சி	–	பரம்பரைச் சொத்தை உரிமையாக வைத்துக்கொள்ளுவது, மானிய உடைமைகள். அரசுக்கும் ஆலயங்களுக் கும் சில பொருட்களைக் கொடுப்பதற்குக் குறிப்பிட்ட குடும்பங்களுக்குக் கொடுக்கப்படும் நிலம்.
காராண்மை	–	நிலத்தைப் பயிரிடும் குடியுரிமை; ஒரு பழைய வரி
கிடக்கும்	–	வாழ்கின்ற (பறையர் வாழ்கின்ற இடத்தை மட்டும் குறிப்பதற்குரிய சொல்)
கீளில் உள்ள காரியம்	–	மேற்படி நிகழ்ச்சி
கீற்றும் கிளியும்	–	முறை பிறழ்ந்த பிராமாணங்களைக் கிழிக்கும் செயல்
கும்பப்பூ	–	இரண்டாம்போக சாகுபடி; தைமாத அறுவடைப்பயிர்
குறிபிடித்தல்	–	பயிரிடுவது
குழி	–	பழையாற்றிலிருந்து பாசன வசதி பெறும் வரி
குருபரமுடையோம்	–	பல ஆண்டுகளாக
கேள்வி	–	நிதி நிர்வாகம் தொடர்பு
கேள்விக் கச்சேரி	–	கிராம அலுவலகம்; பயிரிட்டவரிடமே மகசூல் அளவைக் கேட்டு தீர்வு செய்வது
கேள்வி குத்தகை	–	தரை வாடகை / குத்தகை
கையளித்தல்	–	கொடுத்தல்

முதலியார் ஓலைகள்

கொல்லச் சிலாகை – ஒரு நாணயம்;

கோட்டைப்பணம் – கோட்டை கட்ட விதிக்கப்பட்ட பணம்; பெரும்பாலும் நாயக்கர் படையெடுப்பில் விதிக்கப்பட்டது.

கோட்டைக் குழி – ஆறு இல்லாத இடங்களில் உள்ள நிலங் களுக்கு நீர் வசதி கொடுக்கும்போது வாங்கப்பட்ட வரி.

கோயில்கல் கொட்டாரம் – கோயில் அருகேயுள்ள தங்கும் விடுதி. அரசர்கள் மட்டுமே தங்குவதற்குரியது.

கோட்டைப் பதிவு காணிக்கை – குறிப்பிட்ட அளவு நிலத்துக்குச் செலுத்தப் பட்ட சிறப்பு வரி; போர்க்காலங்களில் விதிக்கப்பட்ட வரி.

கோரி அளத்தல் – நெல் அளக்கும்போது, மரக்காலில் நெல்லைத் திணித்து அளத்தல்

சங்கேதம் – பத்மநாப சுவாமிகோவிலுக்கும் அதற்கு அடங்கிய கோவிலுக்கும் உரிய சொத்துக்கள்

சத்தக்கூலி – சுமடு எடுக்கக் கொடுக்கப்பட்ட கூலி

சர்வாதியக்காரர் – தளவாய்க்கு அடுத்த நிலை அதிகாரி

சாவேற்றுகை – சிறப்புச் சடங்கு

சாவு காணிக்கை – இறந்து போனவரின் சொத்தைப் பெற வேண்டி அரசுக்குக் கொடுக்க வேண்டிய காணிக்கை

சுபந்தரியம், சவுந்தரியம் – சுதந்திரம்

சென்மம் – நிலவரி செலுத்த சலுகை

சோத்தியம் – கேள்வி

தங்கடம் – கஷ்டம்

தடி – வயல்

அ.கா. பெருமாள்

தண்டல்காரன்	–	வரிவசூலிப்பவன்
தலைவரி	–	குறிப்பிட்ட சாதிக்காரர் செலுத்த வேண்டிய வரி
தண்ணீர் பாட்டம்	–	குளம், கால்வாய் பாசன வசதி பெறுவதற்குரிய வரி
தற்குறி	–	படிப்பறிவில்லாதவன்
தளிசங்கேதம்	–	கோவில் நிலம் பரிக்கின்ற மேற்பார்வை செய்கின்ற கோமுறைப்பாடு
தாங்களவு	–	நெல் அளக்கும்போது, மரக்காலில் வலதுகையால் நெல்லைத் தாங்கிப் பிடித்து அளப்பது
திருமனசு	–	அரசர்
துரக்காரன்	–	கோவில் சொத்துகளின் வரியை வசூலிப்பவன்
துரக்கரம்	–	நிலவரி
தென் மீதி	–	நாஞ்சில் நாட்டு தென் பகுதி
தெண்டம் தீர்பித்தல்	–	அபராதம் கட்டுதல்,
தேவ புத்திரர்	–	கோவில் ஊழியர் / தேவதாசி மரபினர்
நடுவர் வசம்	–	சபை முன்பு
நதிரி	–	காணிக்கை
நன்மைக்கு இருத்தல்	–	இறப்பின் 16ஆம் நாள் நிகழ்ச்சியின் நடக்கும் சடங்கு; இதில் இறந்தவரின் மக்களுக்குப் பரிசமாகப் பணம் கொடுத்தல்
நாட்டார்	–	நாட்டில் வாழும் மக்கள்
நாட்டுச் சங்கை	–	பொதுக் கட்டுப்பாடு
பகர்ப்பு	–	பிரதி
படுகல முறி	–	கடன் கொடுக்கல் வாங்கல் தொடர்பான ஆவணம்

படுபொருள்	– அத்தியாவசமாகத் தேவைப்படும் பொருள்
பட்டடையார்	– முதல் வேலைக்காரன்
பண்டு	– முன்பு
பரிசு	– விவரம்
பலிசை	– வட்டி
பண்டாரப் பாட்டம்	– சைவ மடத்து நிலத்தின் குத்தகை
பரிசாவது	– விவரமாவது
பற்று வரி	– ரெசீது
பிசானம்	– மாசி, பங்குனி மாத விளைச்சல்
பிடிபாடு	– புரியாத நிலை
பிராண உபகாரி	– நாவிதர்
புணை முறை	– ஈடு ஆவணம்
புரவு	– வயல் வெளி
புரையிடம்	– மனை
புருஷாந்திரப் பருக்கை	– வாரிசு வரி
புள்ளிக்காரன்	– குறிப்பிட்ட ஆள்
பெரும் பற்று	– பண்டாரப் பாட்டாம்; நிலங்களைப் பயிர் செய்பவர் அரசருடன் நேரடித் தொடர்பு உடையவர்களாக இருந்தால் நிலவரியை நேரடியாகக் கொடுக்கக் கடமைப்பட்டவர்கள். இத்தகையவர்கள் மேல்வாரம் கொடுக்க வேண்டும்.
பெருமாளயெம் பேர் முதலாயம்	– அரசரிடமிருந்து சில விருதுகள் பெற கொடுக்கப்படும் கட்டணம்

அ.கா. பெருமாள்

பொலிவதாக	–	ஆகட்டும்
மரப்புரம்	–	மடத்திற்கு விடப்பட்ட இறையிலி நிலம்
மழவராயர்	–	வீரர்
மாத்தால் பணம்	–	ம அத்து ஆல் இரு மாவிற்கு ஒரு பணம், மாநில அளவை ஏக்கரில் 40 பகுதிகளில் 13 மா ஆகும். அல்லது 32.5 சென்ட் பதினெட்டுக் கோலால் பதினாறடி கொண்டது ஒரு மா. அசாதாரண வரி.
மாத்தல் பயிறு	–	தரிசு நிலத்தில் புஞ்சைப் பயிர் செய்வோர் கொடுக்கும் வரி.
மாராயம்	–	குத்தகைக்காரர் நில உடைமையாருக்குக் கொடுத்த பாதுகாப்பு நிதி.
மானாவாரிக் குளம்	–	மழையை மட்டுமே நம்பிய குளம்
முறி	–	பிரமாணம்
முகம் காட்டல்	–	அரசர் மக்களைச் சந்தித்தல்
முறிப்பித்தல்	–	அடித்தல்
மூல விம்பம்	–	கருவறைப் படிமம்
மேல் வாரம்	–	நிலவுடைமையாளருக்குக் கொடுக்க வேண்டிய நெல்
மொழி ஓலை	–	தீர்மான ஓலை
வடமீதி	–	நாஞ்சில் நாட்டுத் தோவாளை வட்டம்
வழிக் கலை ஓலை	–	துணைப் பிரமாணம்
விரையீடு	–	நில உடைமையாளனும் உழுபவனும் விளைச்சலைப் பகிர்ந்துகொள்ளும் மேல் வாரத்தில் முந்தியவனுக்கு வித்தடி என்ற பெயரில் 21 மரக்கால் அளவு நிலத்துக்கு 1 மரக்கால் என்ற வீதத்தில் ஒதுக்கிக் கொடுத்துவிட்டு எஞ்சியதைப் பகிர்ந்துகொள்ளும் ஏற்பாடு

விநியோகம்	–	ஆலயம், பிராமணர்களுக்குச் செலுத்தப் பட்ட வரி.

வீடும் கூரையும்

களைஞ்சு போடுதல்	–	பகிஷ்கரித்தல், சமுதாய விலக்கு
வேலிக் காசு	–	விளை நிலங்களை ஆடு மாடுகளிட மிருந்தும் திருடர்களிடமிருந்தும் பாதுகாக்கக் கொடுக்கப்படும் வரி
வட்டங்கை	–	வருஷம்
யோகம்	–	கோவில் டிரஸ்டிகள்
வலிய மேலெழுத்து	–	தலைமை கணக்கு அதிகாரி
வழிக்கல முறி	–	பணம் பெற்றுக்கொண்டு நிலத்தை அதற்கு ஈடாகக் கொடுப்பதற்காக எழுதப்பட்ட பத்திரம்
வையாவரி	–	பொறுத்துக்கொள்ள முடியாத வரி

அ.கா. பெருமாள்

ஊர்கள், மடங்கள், குளங்கள், ஆறுகள்

அன்ன நல்லூர்	–	திருநெல்வேலி மாவட்ட எல்லை ஊர் (புறத்தாய நாடு)
ஆரைவாய் மொழி	–	ஆரல்வாய்மொழி, தோவாளை வட்டம் ஊர்: இங்கு பழைய கோட்டை உண்டு
ஆளூர்	–	கன்னியாகுமரி மாவட்டம், கல்குளம் வட்டம்; முதலியார் குடும்பத்தின் ஒரு பிரிவினர் இங்கு வாழ்கின்றனர். இது விக்கிரம சோழ பாண்டியபுரம் எனப்படுகிறது
ஏறுவாடி	–	திருநெல்வேலி மாவட்டம், நாங்குனேரி வட்டம் இது ஆவணத்தில் நரலோக நல்லூர் ஏறுவாடி எனப்படுகிறது.
கடுக்கரை	–	கன்னியாகுமரி மாவட்டம், தோவாளை வட்டம். மலையடிவார ஊர்.
தாழக்குடி	–	கன்னியாகுமரி மாவட்டம், தோவாளை வட்டம். பழைய ஊர்.
திருக்குறுங்குடி	–	திருநெல்வேலி மாவட்டம் நாங்குனேரி வட்டம். 108 வைஷ்ணவத் தலங்களில் ஒன்று.
தோட்டியோடு	–	கன்னியாகுமரி மாவட்டம், கல்குளம் வட்டம் ஊர்.
நெட்டாங்கோடு	–	கன்னியாகுமரி மாவட்டம்; கல்குளம் வட்டம், ஓரூர்.

பணகுடி	–	(புறத்தாய நாடு) திருநெல்வேலி மாவட்டம், நாங்குநேரி வட்டம்
பண்ணிகோடு	–	(படப்பா நாடு) க.கு. மாவட்டம், கல்குளம் வட்டம் — பன்னிக்கோடு.
பெரும்பழஞ்சி	–	(நாட்டாற்றுப் போக்கு) திருநெல்வேலி மாவட்டம், நாங்குனேரி வட்டம்

கேரள ஊர்கள்

செங்கனாட்டு கோடு	–	செங்கனூர்
குரக்கோணி கொல்லம்	–	கொல்லம்
திரிச்சிவப் பேரூர்	–	திரிசூர்
திரிநாவா	–	மலபார் வள்ளுவ நாட்டுக் கோனாத்திரிகள் தலைநகர் திருநாவாய். இங்கு கும்பகோணம்போல் மாமங்கம் நடைபெறும். பாரதப்புழை நதிக்கரை புனித ஊர்.

சில மடங்கள்

சுனைநீர் குறிச்சி மடம்	–	ஆளூர் ஊரிலுள்ளது.
மார்த்தாண்டன் மடம்	–	திருவட்டாறு ஆதிகேசவப் பெருமாள் கோயில் திருவனந்தபுரம் பத்மநாப சுவாமி கோயிலுடன் தொடர்புடைய நம்பூதிரி மடம்.
ஸ்ரீ பத்மநாப மடம்	–	திருவனந்தபுரம் பத்மநாப சுவாமி கோவிலுக்குச் சொந்தமான மடம்

சில குளங்கள்

அய்யகன் குளம் – அழகை பாண்டியபுரம்

சிற்றாளூர் குளம் – ஆளூர்

சுனைநீர் குறிச்சி தேவர் குளம் – ஆளூர்

தெள்ளாந்திகுளம் – தோவாளை வட்டம்

புதுக்குளம் – அழகிய பாண்டியபுரம்

பெரிய குளம் – அழகிய பாண்டியபுரம்
பொய்கை குளம் (தோவாளை வட்டம்)
பேராளூர் குளம் – அழகிய பாண்டியபுரம்
வீற்றிருந்தான் குளம் – மேற்பிடாகை

சில ஆறுகள்

அலத்துறை ஆறு (கடுக்கரை)
காளை ஆறு (தென்பாறைக் குளம்)
செங்கழு நீர் சேரி
வீர நாராயண சேரியாறு (தோவாளை வட்டம்)

சில ஆட்பெயர்கள்

அவையத்தான்
ஆதிக்க மறியான்
ஆலவாய் முதலியார்
உடையான் பட்டன்
ஒழிகிப் பெருமாள்
காராம்பு செட்டி
குருந்தடங்கன்
குன்றன் பூவன்
சிங்கம்பெறு நாயர்
சிவத்துவன்
சிவந்தக் குட்டி (பெண்)
சூரனை வென்றான்
சூளாமணி செட்டி
சோளக்கன்
திருக்குறும்முடியான்
மகிழலங்காரன்

கூட்டெழுத்துக்கள்

க்க		ப்ப		பக்கத்திலிருக்கும் *பக்கத்திலிருக்கும்*
க்கு		ய்ய		ரொக்கம் வாங்கிச்சு *ரொக்கம் வாங்கிச்சு*
க்த		ற		கட்ட வண்டி கெட்டி *கட்ட வண்டி கெட்டி*
ங்ஙு		று		கறுத்த பறவை *கறுத்த பறவை*
டி		ன்று		பற்றுச்சீட்டு *பற்றுச்சீட்டு*
ட்ட		ரா		மரக்கால் ஒன்றுக்கு *மரக்கால் ஒன்றுக்கு*
ண்டி		ராம		ராமய்யன் *ராமய்யன்*
த்த		பெருமா		பெருமாள் பிள்ளை *பெருமாள் பிள்ளை*
த்தி		மேல்படி		மேல்படி ஸொத்து *மேல்படி ஸொத்து*
த்து		வும்		செல்லய்யன் குடுக்கவும் *செல்லய்யன் குடுக்கவும்*
ந்து		யும்		சாந்தன் கற்ற படியும் *சாந்தன் கற்ற படியும்*

அ.கா. பெருமாள்

1	க	10	௰	1/32 முண்டாணி	அய
2	2	100	௱	1/64 கால்வீசம்	உ
3	௳	1000	௲ ௳ ௴	1/160 அரைக்காணி	ஈ
4	௪	1/4	வ	1/320 முந்திரி கால்காணி	வத உத
5	ரு	1/2	௲	1/20 மா	உ
6	௬	3/4	௴	1/10 இருமா	௳
7	எ	1/8 அரைக்கால்	௴ ௴	3/20 மும்மா	௴ ௴ ௴
8	அ	1/16 மாகாணி/ வீசம்	௴	1/5 நான்குமா	அ
9	௬	1/80 காணி	உ	வேலி(20 மா)	௴ ௴

குறியீடுகள்

ஆண்டு		மாதம்		தேதி	
[illegible]		[illegible]		[illegible]	
தடி	[illegible]	நாழி	உ	கழஞ்சி	[illegible]
நெல்	[illegible]	உரி	உறி	மஞ்சாடி	[illegible]
கோட்டை	[illegible]	உழக்கு	[illegible]	படி	[illegible]
குறுணி	[illegible]	ஆழாக்கு	[illegible]	பலம்	ல
குழி	[illegible]	தூக்கம்	தூ	பணம்	[illegible]
வயல்	[illegible]	கலம்	[illegible]	பொன்	[illegible]
பற்று	[illegible]	மரக்கால்	[illegible]	ஆக	[illegible]
வரவு	[illegible]	செவிடு	[illegible]	நெய்	[illegible]
வட்டி	[illegible]	நாளது	[illegible]	மிளகு	[illegible]
கிழக்கு	[illegible]	வடக்கு	[illegible]	தெக்கு	[illegible]

மலையாள மாதத்திற்குச் சமமான தமிழ் மாதங்கள்

சிங்கம்	–	ஆவணி
கன்னி	–	புரட்டாசி
துலாம்	–	ஐப்பசி
விரிச்சகம்	–	கார்த்திகை
தனு	–	மார்கழி
மகரம்	–	தை
கும்பம்	–	மாசி
மீனம்	–	பங்குனி
மேஷம்	–	சித்திரை
ரிஷபம்	–	வைகாசி
மிதுனம்	–	ஆனி
கடகம்	–	ஆடி

இரவிக்குட்டிப் பிள்ளை போர்

“இரவிக்குட்டிப் பிள்ளை போர்” என்ற இந்த வில்லுப் பாட்டு வடிவம், கவிமணியின் முதலியார் ஓலைச்சுவடி கையெழுத்துப் பிரதியில் இறுதியாக இணைக்கப்பட்டிருந்தது. இதன் ஆசிரியர் பெயரும் தெரியவில்லை. மரபுவழிப் பாடல்; உரைநடை கலந்த வடிவம். வில்லிசை நிகழ்ச்சிக்கென்று எழுதப் பட்டதாகத் தெரிகிறது.

இந்த வில்லுப் பாட்டு வடிவம், பேராசிரியர் எஸ். வையாபுரிப்பிள்ளை சென்னைப் பல்கலைக்கழகம் வழி வெளியிட்ட (1951) இராமப்பையன் அம்மானையின் பின்னிணைப்பாக உள்ள இரவிக்குட்டிப் பிள்ளை வில்பாட்டு வடிவத்திலிருந்து வேறானது. வையாபுரிப்பிள்ளை கவிமணியிட மிருந்து இரவிக் குட்டிப் பிள்ளை ஏட்டைப் பெற்று வெளியிட் டிருக்கிறார். (எஸ் வையாபுரிப்பிள்ளை 1999, ப. 94) எஸ்.வி வெளியிட்ட பதிப்பில் (1951) இதற்கு இன்னொரு வடிவம் உண்டு எனக் குறிப்பிடவில்லை. அப்போது இது கிடைக்காமல் இருந்திருக்கலாம்.

இராமப்பையன் அம்மானை இரவிக்குட்டிப் பிள்ளை போர் கதையுடன் தொடர்புடையது என்று வையாபுரிப்பிள்ளை கருதியதால், இராமப்பையன் அம்மானை நூலின் பின்ணிணைப் பாக இரவிக் குட்டிப் பிள்ளை போர் வில்லுப் பாட்டை இணைத்திருக்கிறார்.

இரவிக்குட்டிப் பிள்ளை போர் கதையின் மலையாள வடிவம் உண்டு என்பது எஸ்.விக்கு தெரிந்திருக்கவில்லை (எஸ். வையாபுரிப்பிள்ளை, 1965, ப. 17) கவிமணிக்கும் தெரிய வில்லை. தெரிந்திருந்தால், எஸ்.வியிடம் அவர் சொல்லி யிருப்பார். மலையாள வடிவத்தை மலையாள மகாகவி உள்ளூர் பரமேஸ்வர அய்யர் சேகரித்திருக்கிறார். அண்மையில் திக்குறிச்சி கங்காதரன் நாயர் இதை வெளியிட்டிருக்கிறார் (ஆசிரியர், பாலராமபுரம், 2006)

மதுரை நாயக்கப் பேரரசின் முக்கிய அரசனான திருமலை நாயக்கரின் (1623–1659) படைத்தலைவனான இராமப்பையனுக்கும் வேணாட்டு அரசனான இரவி வர்மனின் (1628–1641) படைத்தலைவனான இரவிக் குட்டிப் பிள்ளைக்கும் நடந்த போரைப் பற்றியது இந்த வில்லுப்பாட்டு.

திருமலை நாயக்கர் காலத்துக்கு முன்பே விஜயநகரப் பேரரசர் கிருஷ்ண தேவராயர் காலத்தில் விட்டலர் தென் தமிழகத்திலும் வேணாட்டிலும் படையெடுத்திருக்கிறார். அப்போது நாயக்கர் அரசுக்கு அடங்கிய சிற்றரசாக வேணாட்டரசர்கள் இருந்தார்கள். கப்பம் கட்டாதபோது, நாயக்கர்கள் படையெடுத்தார்கள். இதுபோன்ற ஒரு சூழ்நிலையில்தான் திருமலையின் படைக்குத் தலைமையேற்று வேணாட்டுக்கு வந்திருக்கிறான் இராமப்பையன்.

இராமப்பையன் மதுரையை அடுத்து 7 கல் தொலைவில் உள்ள சதுர்வேதி மங்கலம் என்ற கூத்தியார் குண்டு என்ற ஊரில் பிறந்தான். சுத்த சிவ வழிபாடுடையவன். இந்த ஊரிலேயே ஒரு சிவன் கோவில் கட்டியிருக்கிறான். இங்கு இராமப்பையனுக்குச் சிற்பம் உண்டு. வரலாற்றாசிரியர்களின் கூற்றுப்படி இராமப்பையன் திருமலை நாயக்கருக்குப் பெரும் வெற்றிகளைத் தேடிக் கொடுத்தவன். இவன் சேது அரசர் சடையப்ப தேவரிடம் போரிட்டு வென்றவர். இந்த நிகழ்ச்சியை அடிப்படையாகக் கொண்டு எழுதப்பட்டது இராமப்பையன் அம்மானை.

இதுபோலவே இராமப்பையன் – வேணாட்டு அரசன் இரவிவர்மாவின் படைத்தலைவன் இரவிக்குட்டிப் பிள்ளை யுடன் போர் செய்து அவனது தலையை வெட்டிய நிகழ்ச்சியை அடிப்படையாகக் கொண்டது இரவிக்குட்டிப் பிள்ளை போர்.

கதைப்படி நாயக்கப் பிரதிநிதியாக வேலைய்யன் என்பவர் வேணாட்டரசனிடம் கப்பம் வாங்க வந்திருக்கிறான். வேணாட்டு மந்திரிகள் வேலய்யனைக் கொன்று அவனுடைய படைவீரர் களை விரட்டினர். நாயக்க வீரர்கள் பணகுடியில் (திருநெல்வேலி பகுதி) தங்கினர்; திருமலைநாயக்கருக்குத் தூதனை அனுப்பினர். திருமலை இராமப்பையனிடம் வேணாட்டாரைப் பழிவாங்கப் பணித்தான்.

வேணாட்டரசன் இரவிவர்மன் மந்திரிகளுக்கு இரவிக்குட்டிப் பிள்ளையின் வீரத்தில் பொறாமை உண்டு. அவனை எப்படியாவது ஒழித்துக் கட்டிவிட சூழ்ச்சி செய்தனர். இராமப்பையனை எதிர்க்க இரவியை அனுப்பும்படியான சூழ்நிலையை உருவாக்கினர். இரவியும் போரிட ஒப்புக் கொண்டார். மந்திரிகள் இராமப்பையனுக்கு "நீ உண்மையான வீரன் என்றால் இரவியின் தலையை வெட்ட முடியுமா? அப்படி வெட்டிவிட்டால் போர் வேண்டாம்" என்று ஓலை அனுப்பினார்.

வரலாற்றாசிரியர்கள் இரவிக்கும் இராமப்பையனுக்கும் போர் நடந்தது 1634 அக்டோபருக்கும் 1635 மார்ச்சுக்கும் இடைப்பட்ட நாட்களில் என்கின்றனர். நாகர்கோவிலை அடுத்த கணியாகுளம் என்னும் குக்கிராமத்தின் வயல்வெளியில் தான் போர் நடந்தது. இராமப்பையன் இங்கே பாளையம் அடித்துத் தங்கியிருந்தபோது, குடிமக்களைத் துன்புறுத்தியிருக்கிறார். "கண்டவன் கொள்ளையும் கணியாளப் போரும்" என்னும் வழக்காறு அறுபதுகளில் கூட இங்கே வழங்கியது.

இரவிக்குட்டிப்பிள்ளை யதார்த்தமாகத் தன்னம்பிக்கை யுடன் போருக்குப் புறப்பட்டார். அப்போது அவருடைய தாயும் மனைவியும் போருக்குச் செல்ல வேண்டாம்; தீய கனவு கண்டோம்; சகுனம் சரியில்லை என்று சொல்லிப் பார்த்தார்கள். இரவி கேட்கவில்லை; மீறிப் புறப்பட்டார். பாரப்பட்ட மரத்திலிருந்து பல்லி அவரது வலத்தோளில் விழுந்தது; அவர் மறுபடியும் நீராடிவிட்டு போருக்குச் சென்றார்.

சூழ்ச்சியாளர்கள் அவரை விட்டுப் பிரிந்தனர். அவர் தனியனானார். அவரது குதிரை வெட்டுப்பட்டு இறந்தது. அவர் நின்றபடி போர் செய்தார். இராமப்பையன் அவரது தலையை வெட்டினான். பின்னர் இரவியின் வளர்ப்பு மகன் காளி நாயர் இராமப்பையனிடம் சென்று இரவியின் தலையைப் பெற்று வந்து கணியாகுளம் வயலில் கிடந்த முண்டத்துடன்

அ.கா. பெருமாள்

பொருத்தி தகனம் செய்தான். வேணாட்டரசர் காளிக்குத் தக்க சன்மானம் கொடுத்தான்.

இரவி போர் செய்து மடிந்த இடத்தில் (கணியாகுளம் ஊர் வயல்வெளியில்) இப்போதும் ஆண்டுதோறும் கல் நட்டு வழிபாடு செய்கின்றனர்.

இரவிக் குட்டிப்பிள்ளை போர் (வில்லுப்பாட்டு வடிவம்)

விருத்தம்

உன்னதமாய் இருக்கின்ற சபையோர் கேட்க
உறுதியுடன் இரவியுட கதையைப் பாட
நன்னத மாய் ஒருவிதமும் உரைத்தேன் அய்யா
நளினமுடன் ஊரவர் அறிய வேண்டி
என்னவித மோஇரவி இருந்த செய்தி
எனக்குள்ளே சித்தினால் உரைத்தே னையா
அன்னையரே அருள்பெற்ற அதிச யங்கள்
அழகுடனே வெகுசபையில் படின்றேனே.

கரு உற்பத்தி

உத்தமியாள் உமையவளுக்குக் குழந்தை இல்லாமல் கடவுளிடம் குறையிரக்கிறாள். நோன்பு விரதங்கள் மேற்கொண்டாள்.

அப்பொழுது ஆதித்யனுக்கு பொங்குவாலை
சொல்பமாயிட்டுப் பலியும் உண்டிருந்தாள்

32ஆம் வயது திகைந்து முன்னுள்ள சனி அபகாரம் தீர்ந்து ஆண்டவர் அருளினாலே கருப்பமுற்றார்.

விருத்தம்

அற்புதமா யிருந்த தொரு உமையவள்க்கு
அதிசயமாய் அரசருடெ இரக்கம் கொண்டு
பொற்பதமாய் பூலோகம் அறிய வேண்டி
கா்பமுறபவித்த தொரு முறையைச் சொல்வேன்

இதில் ஒவ்வொரு மாத நிகழ்ச்சியும் வரிவாகக் கூறப்படுகிறது.

வளர்தல்

அந்திமதி சூடும் அரன்திரு வருளினாலே
வந்து பிறந்தான் இரவிப்பிள்ளை
இந்து போல் வளர்ந்தார் ஐந்தில் கல்வி
வளரவளர கிரந்தமும் மலையாழ்மையும்

செந்தமிழும் கற்றறிந்தான் சித்தரூபமும்
மணிப்பிர வாளமும் சாஸ்திரமும்
படித்துப் பதினோராம் வயதில்
மந்திரிப் பட்டமும் பெற்றுகின்றான்

விருத்தம்

நேசமுற்றக் கொல்லம் எண்ணூற்றி ஒருபதா மாண்டு
நிறம்பட ஆனிமாசம் தேதி தன்வில்
தோசமற்ற ரவிதிரு மருகர் ஆண்ட
பரிகலமும் பெரும் படையும் அமாச்சர் தானும்
பாளையக்காரரை பகல்விட்டு தோவாள பிறம் விட்டோட்டி
புரவி சேர்த்து பிடித்த கதை புகல் கின்றேனே

பண்டுபோல் வஞ்சி வேந்தன்
பரிசுடன் கல் குளத்தில்
அண்டர்கோ மானைப் போலே
அவனி ஆண் டிருக்கும் நாளில்
தீண்டாத வேலய் யனும்
சேரவே பண குடியில்
சேனைதான் ஒன்று சேர்த்து
பாளையம் சேகரித்தார்

வேலய்யனைக் கணியாகுளம் போரில் மலையாளிகள் வளைத்துக்கொண்டன. வேலய்யன் திட்டனை வெட்டிப் பட்டுப் போனால் படை பின் வாங்கிப் பணகுடியில் பாளைய மடித்து விவரமெல்லாம் திருமலை நாயக்கனுக்கு ஓலை எழுதித் தெரிவித்தார்கள்.

ஓலை வாசகத்தைக் கேட்டு உற்றதோர் திரும லேந்திரன்
ஆனை வாய்க் கரும்பு போலே அகமெல்லா நடுநடுங்கி
மாலை போல் கண்ணீரோடே மயங்கியே உள்ளம் வெந்து
வேலையில் துரும்பு போலே விதனமுற் றிருந்தார் போலும்

மனம் வருந்திப் பின் "அங்குமொரு துரைத் தனத்தான் பார்த்து வெட்டித் தலையும் கொண்டு சிறந்த கப்பம் வாங்க வேணும்" எனமொழிந்தார்.

படை புறப்பாடு

வேகமதாகவே வெம்பி எழுந்தன தினாயது போல மாகுத்தன்மார் யானைகளை மஞ்சள் நீராட்டி கொம்புகளை அழுகுபடுத்தி பலவாக ஆயுத்தங்கள் செய்தார்.

தெய்வம் பராவல் கூறப்படும்
தேவி பத்திர காளி வணக்கம்

பாங்கி ஈஸ்வரி காருண் யாளே மங்கே பங்கே நாயகமே
மாயனுக்கும் இளையவளே சங்கையுடன் தாருகனுடை தலையறுத்த சங்கரியே
தவத்துடன் மார்க்கண்டனும் தவப்பேறுகள் கொடுத்து
தார்க்கம் வராமல் மார்கண்டனுக்கு உதவி செய்த வகைபோலே
நித்தம் வயசு பதினொன்று திருத்தவர் கொடுத்த போலே
எறும்பு கடலானை முதலாய் எவ்வுயிர்களுக்கும் படியளந்து
மற்றும் பள்ளிகொண்டருள் கற்றவனே
அன்னமா பூரணியே ஆரணி பூரணி அமர்ந்த சவுந்தரி
அரிதிருவருளே உமை திருமாதே ஆனந்த வல்லியரே
அங்கயற்கன் ஆலமிர்தே அறம் வளர்த்த நாயகமே
மன்னர் வஞ்சி வேந்தரோடே மலை நாட்டில் படைபோக
என்னுட பங்காயிருந்து எனக்கு வெற்றி தரவேணும்
என்று தொழுது காணிக்கை வைத்துப் படை
போகட்டும் என்று ஓலை விட்டான்.

படைவீரர் பெயர்கள் தரப்படும். (நால் வகைப் படைகள்) ஆனை பரி காலாள் ஆன துரைமார்கள் பல பாளையக்காரர் எல்லாம் தெட்சணா பூமியிலே செல்ல மனம் வைத்தார். "அப்படியே பாளையக்காரர் எழுபத்திரெண்டு பேரும் அழகான திருமலை நாயக்கன் முன் செல்ல, சென்றப் பட வீடு செல்ல கரிபரிகள் வேணு மென்றார். பலவகையானவற்றிற்கும் பலவகையான அலங்காரம் செய்து

சிங்கம்போல்கிளத்தவர்கள் தங்கள் தங்கள் பரியைச்
சிங்காரித்து ராகுத்தன்மார் சேரவே பரியேறினார்

திருமலை நாயக்கர் ஆணை

சீருடன் குருவளம் கோட்டில் திறமுள்ள மந்திரி தன்னை
போரினால் செயித்து மீள புத்தியால் சொல்லித் தேற்றா
பாரினில் புகழ்ந்து கொண்டு படைபோக வருகின்றானே
அனுப்பினார் திருவிதாங்கோட்டு அரசன் முன் பழிகள் மீள
தனிப்பட ஒருவன் சொல்ல தலை கொண்டும் கம்பம் கொண்டும்
சினத்தினால் வலித்துப் பேரந்த செல்வேந்தன் தலையும் கொண்டு
நினைக்கு முன் வெற்றிகொண்டு நீங்களும் வருவீரென்றான்.

சீறியே சட்டையிட்டு சிறப்புடன் தலைப்பா கெட்டி
மாறியே அம்புறா தூணி வாகுதர்களு மேந்தி
மாறியே சேர நாட்டில் வாழும் மதகரியும் மேந்தி
மீறியே வல்லய மேந்தி வீரரும் புறப்பட்டாரே

திருமலை நாயக்கன் யுத்த யாத்திரை

சொக்கநாதன் வீரபத்திரன் உத்தண்டனாம் ராமவர்மன்
சொட்டக் கேட்டும் முத்துக் கொம்பனோடே மாற்றலரை வெல்லும் யானைதான்
வெட்டிக் கோட்டை தன்னை இடித்தனையும் ஒற்றக் கொம்பன் போர் முகத்தானையும்
சின்னராயன் கன்னராயன் சிங்களக் கப்பலில் வந்த
தேவநாசகன் பெரிய கொம்பனும் தென்றுதினை வென்று மந்தக் கொம்பனும்
கன்னனான மதமொழுகும் பொன்னும் பெருமான் பெரிய
காட்டானை ரங்க கிருஷ்ணன் தானும் கம்பலால் குழல் பெரிய
கொம்பனும்
உன்னும் முன்னே மாற்றானை ஓட்டித் துரத்திச் சொல்லும்
உத்தண்டராச கோபாலனும் ஓட்டத்துக் கெல்லாம் பெரிய ஆனையும்
வன்னமத யானையான பொன்னும் பரசூர ராயர்
தாட்டி மிக உத்தண்ட ராசனும் கம்பலால் குழல் யெரிய கொம்பனும்
இன்னும் பல ஆனைகளை வன்னமாய் அலங்கரித்து
செண்டப் பதியில் வாளால் திருமல நாயக்கன் சென்றப் பகுதியில் வாருளக்
அந்த ராயப்பனும் கோ தண்டப்பய்யனும் கோதண்ட ராமன் முதலாம்
முதலியோர் குளங்குடி கடந்து நாங்குனசேரியும் செல்லார்
பணகுடி தன்னை கடந்தார் தோவாளை தன்னிலே வீற்றிருந்தார்
தோவாளைக் கோட்டை தன்னைக் கடந்தார் ஈத்தங் காட்டூர் தன்னில்
நல்லதோர் பாளையம் செய்திருந்தார்.

விருத்தம்

மருவலர் புகழும் வஞ்சி மன்னன் இரவிப் பிள்ளை
கருதலர் படையும் தொண்டு ஈத்தங் காட் டேத்து முன்னே
தெருதமிழ் நாஞ்சி நாட்டைச் சேரவே கொள்ளை யடித்து
விரவுட எரித்துப் போட்டான் மிக்கவர் மிக ஊரெல்லாம்

மன்னரிடம் விவரம் கூறல்

மன்னவனே திருப்பதிசாரம் தொட்டும் வடசேரி மட்டும் படைகளும்
எண்ணற்ற துரைமக்களும் எல்லா பாளையங்களும் இறங்கியுள்ளார்
மன்னன் வருந்தி அமைச்சரிடம் உபாயம் கேட்டல்

சென்று வெட்டித்தளுக்கி முடுகிடுவோம்
சேரமாவே

என்று அடிதொழுதார்.

‘உதயகிரி மட்டும் (வரை) பாளையம் செய்யும்’ என்று மன்னன் கூற அமைச்சர் படைகூட்டினார். வேளை யொத்து உடன் புலியூரிவே வெல்லும் படையோடே பாளையம் செய்தார்.

சூழ்ச்சி

அமைச்சர் ஏழுபேர் ஆலோசனை
நாளை போருண்டு அதுக்கினி எப்படி
நாமாள் ஏழுபேர் ஒன்றாகக் கூடியே
நாணக்கேடு வராமல் நிரூபித்து
சமுதாரித் தொருமொழி கொள்ளுவோம்

திருமலை நாயக்கன்

வேலையனைப் போல் ஒரு துரை தன்னைக் கொன்றல் லாமல் ராமப்பையன் நம்மை கோட்டைக்குள் இருத்தவும் மாட்டான். வம்பனாம் இரவிக்குட்டிப் பிள்ளையை மாற்றான் போரில் இறக்கிக் கொடுப்போம் இல்லாமல் பின்னணியிட்டு வாங்கியே நிற்கும்போது, குதிரைப்படை வந்து சல்லியமாய் வளைந்துகொண்டே பிள்ளை தலையும்கொடு போனால் பின்னே படையில்லை என்ற தீர்மானித்து அந்தச் செய்திக்குள்ள ஓலை எழுதியே ராமப்பையனுக்கே கொடுத்தார்.

யாவும் வெளிக்காட்டாமல் அடக்கிக்கொண்டு மன்னனைக் காணப் புறப்பட்டார்.

அரசன் “எந்தன் மந்திரிமாரே ராமப்பையன் படை கொண்டு வா நானே. கோட்டையை அடைத்திருந்தாலும் கூண்டு தேசத்தை நிர்தூளியாக்குவான். வடுகப்படையை எதிர்க்க நீங்கள் இடங்கை வலங்கை நெற்றிக்கைக்கு இன்னார் இன்னார் எனக் கூடிச் சொல்லுவின்” என்றார்.

அமைச்சர் பதில்

இடங்கை வலங்கைக்கு நாங்கள் நிற்போம் நெற்றிக்கைக்கு ஆளில்லை என்று அவர் கூறவும் இரவிக் குட்டிப்பிள்ளை

சொன்ன நெற்றிக்கை தன்னிலே நான் போறேன்
துங்க வஞ்சி ஆசரே போருக்காய் என்றார்

மந்திரிமாரெல்லாம் சிந்தை களித்துக் தத்தம் கோயில்கள் தன்னில் இருந்தாராம்.

இரகசியக் கடிதம்

இருந்தபோ தவர்க ளெல்லாம் எழுதிமுன் கொடுத்துவிட்ட
திருந்தவ ஓலைதன்னை சென்றுரா மப்பையன் கையில்
பொருந்தவே கொடுத்தா ளோட்டன் புகள்பெற கணக்கர் வாங்கி
வருத்தமாம் ஓலை வாசகம் திருத்தமாய் உரைக்கலுற்றார்.
உரத்தின போலே நாங்கள் உதிக்கிமுன் படைக்கு வாறோம்
பொருத்தமாய் நெற்றிக்கைக்கு பொருகின்ற துரையே நீங்கள்
விருத்தமாய் வளைந்து கொண்டு விரவுடன் சதிவதாக
திருத்தமாய் தலையும் கொண்டு திரும்புவீர் நீங்களென்றார்

ராமப்பையன் மகிழ்ந்திருக்கும் இவ்வேளையில் இரவிக் குட்டிப் பிள்ளையின் தாயார் கனவு கண்டு மகனைத் தடுக்கிறாள்.

தாயின் கனவு

வாதுக்கல் நீராழி வரம் பிடித்து நிரவக்கண்டேன்
ஆலமரம் மூட்டோடு அடிநவண்டு விழவும் கண்டேன்
நரியும் வந்து கோழியைத் தான் நடுங்கப் பற்றிப் பிடிக்கக்
கண்டேன்
புலியும் ஒரு ஆட்டுத்திரள் பதுங்கிப் பற்றிப் பிடிக்கக் கண்டேன்
திரளானைக் கூட்டமதை சிங்கம் பற்றிக் கொல்லக் கண்டேன்.

அன்னத்தை உரகம் தீண்டவும் கீரியை விஷநாகம் தீண்டவும் இலங்கத்தில் கூகை குழறவும் பந்தியில் கட்டின பரியில் தண்டைவெட்டி மறவர் உட்புகுந்து கொண்டு போகவும் கல்குளம் மகாதேவர் திருநாளில் ஆறாம் குருநாளில் அவர் அமணரைக் கழுவேற்றவும் பத்தாம் திருநாளில் வலிந்து வந்த தேர் சாயவும், சாயும்போது தலையலங்காரம் முறிந்து பொன்னும் தாழி குடம் உடையவும் கனாக்கண்டேன் என்கிறாள்.

இரவி

ஏழு கடற்கு அப்பாலே இரும் பறையில் பூட்டிவைத்து
இரும்பறைக்குள் இருந்தாலும் எமனுடைய தூதர் வந்தால்
இல்லை என்றால் விடுவானோ

மனைவியின் கனவு

மங்கிலியம் இழை பெருகி மடிமீது விழக்கண்டேன்
நான் வளர்த்த கிளி அன்னத்தே நல்லுரம் தீண்டக் கண்டேன்
பொன்னிலங்கும் மெத்தையிலே புகை எழுந்து பற்றக் கண்டேனே

மனைவி இவ்விதமாய்க் கூறுவதைக் கேட்ட இரவிக்குட்டி முன்போலவே பதில் கூறுகிறார். உடனே அவருடைய மனைவி

கண்டகனா அத்தனையும் காவலற்குப் பொல்லாது
வித்தார மலர் மார்பா விரைந்து படை போக வேண்டாம்

என்றான். இரவி

வாறவிதி எங்கிருந்தும் வந்திடுங்காண் மங்கையரே
கொடியிடையே போ நீ என்று கொத்தளத்தினுள் புகுந்தார்

அப்போது "கொங்கு மா மலையில் வாழும் குறமகள் எதிரே வந்தாள்". அவள் இரவியின் தாயாரின் கையைப் பிடித்துக் குறி சொன்னாள்.

"ஆணழகன் படைபோனால் வதம் வருமே அம்மே!

என்றுகூறி மந்திரியார் சூழ்ச்சிகளையும் கூறினார். இது கேட்டுத் தாயார் அழுது புலம்பி மகனைத் தடுக்க மகன்" அங்கே போனார். வாறவிதி இங்கிருந்தால் வாறாதோ விளைந்த பயிரறுப்புக்கு வெதனப்பட வேண்டாமே" என்று கூறி நீராடப் புறப்பட்டார்.

இரவிக்குத் தீக்குறிகள் தோன்றல்

நீராடிவரும்போது, இரவியின் வலது தோளில் பல்லி விழுகிறது. அவர் மறுபடியும் நீராடப் போகிறார். அவர் உடம்பில் பூசக் கொண்டுவந்த சந்தனம் சிந்தி விடுகிறது. அவர் உண்பதற்கு அமர்ந்தார். சோற்றில் தலை முடிகிடந்தது; அதை எடுத்துவிட்டுப் பார்த்தார்; அடுத்த சோற்றில் கரிக்கட்டை கிடந்தது.

இதை எல்லாம் பார்த்துக்கொண்டிருந்த இரவியின் தாய் "பக்க நாளும் பகை நாளும் பொல்லாது பாவியாகி விட்டேன் சொல்லுகிறேன். படைக்கின்று போகாதே" என்றாள். இரவியோ வெற்றிலை தின்று புனுகு சவ்வாது பூசி பூந்தளிர்க் கச்சை அணிந்தார். கலங்காமல் தலைப்பாகும் கட்டி கண்ணாடியில் அழகு – பார்த்தார். நாலு கூட்டம் ஆயுதமெடுத்தார். யாத்திரை கேட்டார்.

சிலப்பதிகாரக் கதை

இரவியின் தாயார் பத்திரகாளியின் மேல் துயரமுற்றுக் கூறுவது.

அரனாருடைய திருவயிற்றிலே அருமையாகப் பிறந்ததும் நீயல்லவோ? தேச மெச்செப் புகழ் கீர்த்தியாகவே தென் மதுரைக் கோவலனாருந் தன்மை உபாயமாகவே கொல்வித்த பாண்டியன் மறுபழிக்குப்பின் கர்ணகி போனதும் கொடுத்ததும் கன்னி பத்திரகாளியும் நீயம்மே எண்ணம் எண்ணி இருந்து வருந்துகிறேன். இரவியோடே படைக்குப்போ காளி நீ போனால் மாற்றாரை வென்று வாகை சூடுவான் என்று அந்த மந்திரியி னுடைய காளியை வேண்டி யாத்திரை கொடுத்தார்.

துர்குறி தெரிதல்

குதிரையை வருவித்து சாந்து பன்னீர், குங்குமம், சந்தனம் ஆகியவற்றைக் குதிரைக்குத் தெளித்து பரி மீதேறவும் கையிலிருந்த வல்லயம் வீழ்ந்தது. தெருவீதியில் வர முழு கிடாமல் அரிசியும் உருளியும் ஒரு கையில் தீயுமாய் நல்ல வேதியன் எதிர்வந்து தோன்றினானே

புலியூர்குறிச்சியில் கரும் பாறையால் மாளிகையில் கொத்தளத்தில் பரராசன் தம்புரான் படையோடிருக்கவே அவனைக் கண்டு கும்பிட்டார்.

அரசரிடம் வீரமொழி கூறுகின்றார்

செருவிடை வென்று இனி ஒரு குறை வரா வண்ணம்
வரத்தாரம் கூட்டி வெட்டி வடுகர் கோட்டையும்
இளக்கி விட்டு விடுவேன்
பாரும் பாரும் தம்புரானே பாளையம் இளக்கி விட்டு வாரேன்
பாக்கிய மில்லாமல் போனால் பரந்தேறி வெட்டிப் படுவேன்
மன்னா
கன்னிப் போருக்கின்றடியேன் போறகையில் ஆயுதங்களில்லை
திருக்கையில் சிறப்பு வேணம் தென்னருட வாளு தரவேணம்

அரசர் கையில் சிறப்பு வாங்கி அரனாரையும் தொழுது பிள்ளை படைகளைச் கூட்டலானார். கொல்லம் கல்லட பொன்னாற்றிங்கல் சிறையின் கீழ் முதலான 40க்கு மேற்பட்ட ஊர்களிலிருந்து வீரர்களைத் திரட்டினார்.

பெண்கள் கும்மி

பிள்ளை படைக்குப் போறார் இரவி
பிள்ளை படைக்குப் போறார்
. . . .
பையன் படைக்கு வாரான் – ராமப்

பையன் படைக்கு வாரான்
குடைக்குக் கீழே இரவி வாற கொலுவைப்பாரடி ஞானப் பெண்ணே
இந்திரனும் அரிச்சந்திரனும் இல்லை அவருக்கு ஒப்புச் சொல்ல
சந்திரன் தன் உதயம் போல் பிள்ளை தக்க படைக்கல்லோ
போறாரடி
இந்தத் துரையை வடுகர் கண்டால் பின்னே இங்கே திரும்பி
விடுவாரோ

பல்லியங்கள் முழங்கப் பேராரவாரத்தோடு பிள்ளையின் படைகள் நடந்து கள்ளியங்காட்டை அடைந்தன. பின் தோட்டுகோடு கடந்தார். சுங்காங்கடை பாலம் கடந்தார். இளங்குடிக் குளத்திலிறங்கி அணி பிடித்தார். ஈத்தங்காட்டுப் பாளையத்தில் இருந்து வடுகப்படைகள் கள்ளியங்காடும் கணியாகுளமும் குளவரம்பும் இரட்டமலையடியும் இசக்கிகுள வரம்பும் பருத்திவிளைதனிலே நிரத்தி அணி பிடித்தார்.

இரவி போர்களத்தில்

இரவிப்பிள்ளை போர்க்களத்தில் தன் படைவீரர்களை நான்கு பிரிவாகப் பிரித்து அனுப்பினார். இரவி மலை மேல் ஏறிக்கொண்டார். பிள்ளையை நோக்கிக் குதிரைப்படை முன்னே வந்து. இதைக் கண்ட ஓட்டன் 'நாம் மலையின் மேலே செல்வோம்' என்றான். இரவி அவனுடைய

பிடரிக்கு ஓரடி த்தார் இடிபோல்
மந்திரியாய் பிறந்தோரும் நாமினி
மாற்றானைக் கண்டு .... தாண்மையோ
அந்தரம் வரும் என்று நாம் ஓடினால்
அரசர் முன் நாம் எப்படிச் சொல்லுவேன்
எந்தனோடே இறங்குப் பொருவதற்
சேற்ற சேவகர் உண்டானால் வாருங்கோ

என்று கூறினார்.

வீறோடு பொருதும்போது, உடனிருந்த வீரர் எல்லோரும் பட

பற்றியே ராகுத்தன் மார் சுற்றியே வளைந்து கொண்டு
வெட்டினார் இரவிக்குட்டிப் பிள்ளையை இரக்கமின்றி
தேவ கன்னி மார் வந்து மாலையிட்டு இந்திர வண்ணம்
தேரிலேற்றிக் கொண்டு போகும் நேரம்
தட்டிலே தலையும் கொண்டு
வெற்றி கொட்டும் சொட்டிக் கொண்டு
செப்பமுடன் ஈத்தங்காட பாளையத்தில் சென்றாரே
திருமலை நாயக்கர் முன் சிரங் கொண்டு

இரவியின் தலையைப் பட்டில் பொதிந்து கட்டி அனுப்பினர். ஒட்டன் திருமலை முன்வந்து தொழுதடி வணங்கி வார்த்தையை உரைக்கலுற்றான்.

அரசாண்ட மண வாளனான வஞ்சி வேந்தருடே
வேந்தருடைய துரைதனிலே வீரர் எட்டு போர்களுண்டு
வீரர் எட்டு போர்களிலும் கண்ணான துரையிவன்தான்
எங்கும் புகழுடை கருத்தன் இரவிக்குட்டிப் பிள்ளைதானே

அரசர்க்கு உணர்த்தல்

புலியூரில் ஒருவன் சென்று அரசரிடம் விவரம் கூறினான். அரசரும் பலவாறு புலம்பினார். உடன் புறப்பட்டுப் புலியூர் விட்டு கணியாகுளம் வந்தார். ஒருவன் வந்து, "மன்னவரே நீர் வளர்த்ததொரு போர் பொருது ஒள்ளலரைச் சென்று வெட்டி தடத்து பட்டு விட்டார்" என்றான்.

ஆதிச்சதேவன், அய்யப்பன், பள்ளி............. அரத்தன் நயினான் முதலானோர் பட்டவீரர் பேர் பலவாகப் பகரப் பட்டன.

பட்டு விட்டார் என்ற வார்த்தை பாராசர் கேட்டபோது
சுட்டுவிட்ட தீயதுபோல் துயர் மெத்தப் பெருகி

நின்றார் மன்னர்.

இளங்குளத்தில் வந்து வெட்டுண்ட குதிரையும் இரவிப் பிள்ளையும் கண்டு பலவாறு புலம்பினார். மந்திரிமார் சதித்தாரோ அண்ணன் மார்த்தாண்டன் அறியவில்லையோ மேனி புழுதிபடவோ என்று புலம்பி, உடலை எடுத்து உயர்த்தி அணைத்தார். "மிக வருந்திக் திருக்கையால் பாடெடுத்துக் கனக பள்ளியந்திலாவில் வைத்தார்." பின் கள்ளியங்காட விட்டுப் புறப்பட்டார். அந்நேரம் மார்த்தாண்டன் பிள்ளை தாயார் வீட்டிற்குச் சென்றார். "தம்பி எங்கே அவனைக் களத்தில் விட்டு தனித்து வந்தாயோ" எனக் கேட்டான்.

இரவி வரவில்லை எனக் கேட்டு அண்ணன் முகம் வாடி வருந்தித் தேடலானான். புலியூர் வந்து தேடிக் காணாமல் படைவீடு சென்றார். பிள்ளை பாடு கொண்டு வருவதாய்க் கண்டார். நெடுமூச் செறிந்து மண்மீது விழுந்து புரண்டழுதார்; புலம்பினார்.

தாயாருக்குச் செய்தி

தாயாருக்குச் செய்தி சொல்ல மன்னர் குடைக்காரனை அழைத்தார். புலியூரில் பிள்ளை மாளிகைக்கும் போய் மங்கையர்க்கும் தாயாருக்கும் மனது தேற்றிடுவாய் நீ" என்றார். அவன் தாயாரைத் தொழுது நிற்க அண்ணர் சேனை விட்டு வந்த காரியம் ....

அரசுருடைய பாளையத்தில் பாடுவந்த துண்டோ
வேட்டப் புலி போல் மறவர் பாளையத்தில் சென்று
வெகு துரைகள் கனபரிகன் வெட்டி விட்டார் பிள்ளை
தட்டழிந்து வெட்டிப் பொரும் நேரம் பிள்ளை வளர்ந்த
சந்திரத்துக் கானி பட்டுப் போனார் பிள்ளை வாறார்
மேடைவிட்டுக் கீழிறங்கி வேந்தர் கூட வாறார்
மெல்லியலே வேறெ ஒரு விக்கினங்கள் இல்லை என்றார்.

தாயார் மேடைவிட்டு இறங்கி வரும் நேரம் மன்னரும் கால்நடையாக நடந்து வந்து பள்ளியந்திலாவின் முன் மன்னர் விட்டு இலங்கத்தில் இருந்தார். அம்மை ஓடிவந்து பள்ளியந்திலாவில் நோக்கி கையால் மூடாகி நீக்கித் திருகிட்டு ஓங்கினான்.

புலம்பல்

தாழக்குடி தனிலே தாந்நியற மூலயிலே
பிள்ளை பட்டு விழுந்ததனால் பெண்கொடியும் புலம்ப லுற்றாள்
கற்றதொழில் செய்திலையோ கையில் உடைவாளிலையோ
இலங்கம் இருள் உறைந்ததுபோல் அம்மை ஈஸ்வரியாள்
வெறுத்தனனே
ஊராரை நோவானேன் என் ஊழ்வினையை நோகாமல்
உறக்கமே என் இரவி நான் உன்னையல்லோ தேடுகிறேன்
நாட்டில் பறையர்களும் நம்மூர் பள்ளர்களும்
தீண்டாத சாதியெல்லாம் என் இரவி உன் முடியைத் தொட்டாரோ
ஆறுவனோ ஆலுவரை அருங்கடலில் வீழுமளவும்
வாசமில்லா பூவானேன் மண்ணிழந்த மரமானேன்
தாணிழந்த வில்லானே் இணையிழந்த புறாவானேன்
பட்டு கச்சை கட்டி என்னிரகி படைக்கு போகும் போது
எட்டு விட்டு நாயன்மார் எழுந்தெழுந்தென்பார் எல்லாரும்
தலைவெட்ட வரும்போது என்னிரவி கையில் உடை
வாளிலையோ
பத்ர காளி உன்னைப் பழுதறலே சதித்தாளோ
கல்குளத்தில் மகாதேவர் காவலவர் தேர் ஓடும் போது
மந்திரிமார் இருபுறமும் வாள்பூட்டிச் சேவிக்கவும்
ஆறான திருநாள்க்கு என்னிரவி அவுணர் கழுவோ விளையும்
பத்தான திருநாளில் சாமி பாதியிலே எழுந்தருள

வலத்து வைத்து இடத்திருக்கும் வரும் பவனி காணேனே
வயலோ உனக்குறுதி வயல் மடையோ பஞ்சுமெத்தை
குளமோ உனக்குறுதி குளவரம்பே தக்கதலம்

மனைவி புலம்பல்

மஞ்சக் குளி மறந்தேன் மணமுள்ள பூ மறந்தேன்
எண்ணக் குளி மறந்தேன் எங்கள் விதி பொல்லாதது
நித்த வெள்ளை நான் மறந்தேன் நீரிறந்த போம்பொழுது
அப்போதே சொன்னேனெ நீர் அறியாமல் போனீரே
என்று சொல்லி ஏந்திழையும் ஏங்கி அழுதாளே

காளி நாயர்

காளி நாயர் திருவனந்தபுரத்திலிருந்து வேலை முடித்து சாலைத்தெரு கொட்டாரத்தில் உறங்கும்போது, தீக்கனாக் கண்டான். காலையிலெழுந்து கரமனை ஆற்றில் இறங்கி முகம் விளக்கி நீறும் பூசி ஆரியனைத் தொழுது நடந்தான். முடுகுபாறை வந்தான்; அங்கிருந்து ஆறால மூடு, கூட்டபனை, நைதலாற்றங்கரை, அமரவிளை, கொற்றாமம், பரசுபக்கல், பாறச்சாலை, களியக்காவிளை, படந்தால மூடு, குழித்துறை, வெட்டுவந்தி, இரவிபுதூர் கடை வந்தபோது, இரவியின் தலையை மறவர் கொண்டு சென்றதை அறிந்தான்; அழுதான்.

காளி நாயர் அழுதுகொண்டே பாளையத்திற்குச் சென்று இரவியின் தலையைக் கொண்டு வருவேன் என்று கூறி ஈட்டியைக் கையிலெடுத்தான். ஈத்தங்காடு பாளையம் அடைந்து வடுகரைக் கண்டான். அவனை ராமப்பையன் முன் கொண்டு விட்டனர். ராமப்பையன், "வந்த காரியம் ஏது மலையாளி" என்று கேட்டான். காளி "பரிசையுடன் எங்கள் இரவி தலை வேண்டும்" என்றான். இராமைப்பையன் ஊட்டி வளர்ந்தாலும் இப்படி ஒருவருண்டோ என நினைந்தான். "ஏ மலையாளி இங்கே எங்களிடம் சேருவாய் மூன்று பொன் தருகிறேன்" என்றான். அதற்கு காளி "உசிதமில்லாச் சோறு முண்டு இங்கே நிற்பதில்லை. தந்துவிட வேண்டுமெந்தன் பாகமானான் தலையை என்றான்.

ராமப்பையன் இரவி தலையைக் கொடு எனக் காவலனிடம் கூறினான். ஒரு நாயக்கன் சந்தன குங்குமும் நீரும் தெளித்து பட்டில் சுற்றப்பட்டிருந்த தலையைக் கொண்டு கொடுத்தான். காளி அதை அணைத்துப் பிடித்து எடுத்துச் சென்றான். ராமப்பைய்யன் அவனிடம் நீ யார் எனக் கேட்க வாழும்

தேசம் குஞ்சாங்கோடு; பெயர் செக்காலக் காளி என்றான். அவனுக்கு வீரத்தண்டை, தலைப்பாகை தேவாங்கு பட்டு கொடுத்தனுப்பினான் ராமப்பைய்யன்.

காளி எறச்சகுளம் கடந்து கல்குளம் வந்து மன்னர் திருமுன் தலை வைத்தான்.

அடக்கம்

கேரள புரத்து அம்மதாய்க்குச் செய்தி போனது. உங்கள் மகன் வாளிரவி பிள்ளையுடைய தலையை ஈத்தங்காட்டுப் பாளையத்தில் சென்று காளி கொண்டு வந்தான் தாயாரும் பாரியையும் வரணுமென்று எழுதியிருந்தான். உடனே வந்தனர்.

தாயாருக்கு குஞ்சாங் கோட்ட தேசத்தில் இருகரையும் புரையிடமும் பத்துகோட்ட நிலப்பாடும் இறையிலியாகக் கல் நாட்டிக் கொடுத்தான். இரவி மனைவிக்கும் காளி நாயருக்கும் நிலம் கொடுத்தான்.

○○○

ஆய்வுக்கு உதவிய நூல்கள்

இராசு, செ. 1991, கொங்கு சமுதாய ஆவணங்கள், தமிழ் பல்கலைக்கழகம், தஞ்சாவூர்.

இராமச்சந்திர ரெட்டியார், சி.எம்., 1978, இராமையன் அம்மானை, தஞ்சை சரஸ்வதி மகால், தஞ்சை.

கனகசபை, வி., 1973, ஆயிரத்தெண்ணூறு ஆண்டுகட்கு முற்பட்ட தமிழகம், திருநெல்வேலி.

சதாசிவம், செ. 1949, சேரநாடும் செந்தமிழும், நாகர்கோவில்.

சிதம்பர தாணுபிள்ளை டி.எம்., 1946, நாஞ்சில் நாட்டு கிருஷிகர் மாநாட்டு உரை, நாகர்கோவில்.

சிதம்பர குற்றாலம், 1940, ஆளூர் சரித்திரம், ஆளூர்.

சிவசுப்பிரமணியம் ஆ., 2005, தமிழகத்தில் அடிமை முறை, காலச்சுவடு பதிப்பகம், நாகர்கோவில்.

சிவசுப்பிரமணியம் ஆ., ப.ஆ., 2006, உபதேசியார் சவரிராய பிள்ளை 1801–1874, காலச்சுவடு பதிப்பகம், நாகர்கோவில்.

சிவராஜ பிள்ளை கே.என்., 1935, நாஞ்சில் வெண்பா, சென்னை.

சுப்பராயலு, எ., ப.ஆ., 1991, திருச்சிராப் பள்ளி மாவட்ட ஓலை ஆவணங்கள், தமிழ்ப் பல்கலைக்கழகம், தஞ்சாவூர்.

தங்கசாமி, 1982, சிதம்பர நாடார் கதை, சோபிதம் பதிப்பகம், நாகர்கோவில்.

பத்மநாப பிள்ளை, 1943, ஆரைவாய்மொழி வரலாறும் மீனாட்சி சுந்தரேஸ்வரர் கோயிலும், ஸ்ரீ சித்திரை விலாச நூல் வெளியீடு, ஆரைவாய் மொழி.

பத்மநாப பிள்ளை ஆர்., 1944, தாழைக்குடி சரிதமும் சயந்தீஸ்வரர் அழகம்மன் கோவிலும்.

பெருமாள் அ.கா., 2006, தென்குமரியின் கதை, தமிழினி, சென்னை.

பெருமாள் அ.கா., 2006, முதலியார் ஆவணங்கள், தமிழினி, சென்னை.

வேலப்பன் தே., 2000, நாஞ்சில் நாடு, ரோகினி ஏஜன்சி, நாகர்கோவில்.

வையாபுரிப் பிள்ளை, 1965, இலக்கிய விளக்கம், தமிழ்ப் புத்தகாலயம், சென்னை.

வையாபுரிப் பிள்ளை, 1998, ஆராய்ச்சித் தொகுதி 7, வையாபுரி நினைவு மன்றம், சென்னை.

ஜாய் ஞானதாசன், 1998, ஒரு மறக்கப்பட்ட வரலாறு, இந்தியக் கல்விக் கழகம், மதுரை.

ஆங்கிலம்

Agur C.M., 1903, Church History of Travancore, Thiruvanantha puram.

Anantha krishna Iyer L.K., 1909 , The Cochin Tribes and Castes vol I, Madras.

Desi Vinayakam Pillai S., 1930, The Mudaliar Manuscripts, Kerala Society Papers, Series 7, Thiruvananthapuram.

Desi Vinayakam Pillai S., 1909, sept. Malabar Quarterly Review, vol. III.

Kunjan Pillai, Elankulam , Studies in Kerala History, National Book Stall, Kottayam.

Kusuman K.K., 1973, Slavery in Travancore, Kerala Historical Society, Thiruvananthapuram.

Manickam S, 1982, Slavery in the Tamil Country, Madras.

Padmanaba Pillai, The Antiquity of Nancilnadu and Senkottai, Malabar Quarterly Review, Tamilion Antiquary vol. I.

Padmanaba Menon K.P., 1929, A History of Kerala, vol. II Ernakulam.

Paramarthalingom, 1995, Social Reform Movement in Tamilnadu, Rajkumar Publication, Madurai.

Pillai K.K., 1979, Studies in Indian History with Special Reference to Tamilnadu, Madras.

Pillai K.K., 1943, The Suchindram Temple, Madras.

Ramanatha Iyer A.S., 1924, Travancore Archaeology Series vol.V, Thiruvananthapuram.

Sastri K.A.N., 1972, The Pandya Kingdom, Madras.

Sathianatha Iyer R., History of the Nayaks of Madura, Madras.

Sreedhara Menon, 1991, A Survey of Kerala History , S. Viswanathan Publication, Madras.

Stuart H.A., 1891, Madras Census Report, part XIII, Madras.

❖ ❖ ❖

www.ingramcontent.com/pod-product-compliance
Lightning Source LLC
Chambersburg PA
CBHW020159090426
42734CB00008B/877
9789352440702